சங்க இலக்கியங்களில் வாழ்வியல்

ஆய்வுக் கட்டுரைகள்

முனைவர் க. இராஜா

பொருளடக்கம்

முன்னுரை

சங்க இலக்கியங்களில் வாழ்வியல் என்னும் தலைப்பிலான இந்நூல் சங்க கால வாழ்வியலைக் குறிப்பதாக அமைகிறது. எட்டுத்தொகை, பத்துப்பாட்டு நூல்களில் பெரும்பான்மை அக இலக்கியங்களை ஆய்வுக் களமாகக் கொண்ட கட்டுரைகள் அடங்கிய தொகுப்பாக இந்நூல் அமைகிறது.

இந்நூலில் இடம்பெறும் கட்டுரைகளில் பெரும்பங்கு சங்க கால மக்களின் இயல்பான வாழ்வியலை எடுத்துக்-காட்டுகிறது. ஒரு கட்டுரை மட்டும் புறநூலான ஆற்றுப்-படை இலக்கியங்கள் வெளிப்படுத்தும் வாணியல் குறிப்பு-களை வெளிப்படுத்துகிறது. சூரியக் குடும்பம், விண்மீன்களின் இயக்கம் குறித்து பேசும் இக்கட்டுரை சங்கத் தமிழரின் கணித ஆற்றலைப் புலப்படுத்துகிறது.

சங்க காலத்தில் நடைமுறையில் இருந்த திருமண முறைகள் இக்கால மானிடவியல் நோக்கில் ஆய்ந்து அகம-ணம், புறமணம் என்ற நிலையில் விளக்கப்பட்டுள்ளன. தாய்வழி முறைமணங்கள், தந்தை வழி முறை மணங்கள் நடந்தமையை அகப்புற மணங்கள் எடுத்துரைக்கின்றன.

சங்க மக்களின் வீரத்தைப் புலப்படுத்தும் விதமாக சங்க-காலப் போர் சமுதாயத்தில் மள்ளர், மறவர் என்போர் இடம்-பெறுகின்றனர். இவர்கள் போரில் பங்கு பெறாத சமயங்களில் இயல்பான உழவர்களாக வாழ்ந்தமை புலனாகிறது.

சங்ககாலத்தில் புழக்கத்தில் இருந்த வழிபாடுகளில் முரு-கன், கொற்றவை, கொல்லிப்பாவை, பாவை நோன்பு ஆகியன இடம்பெறுகின்றன. ஆயினும் ஞாயிறு, திங்கள் ஆகிய இயற்கை வழிபாடு மிகுந்து காணப்படுகின்றன. கிர-கணம், எரி நட்சத்திரம் ஆகியவற்றைப் பற்றி அறிந்திருந்-தமை சங்கத் தமிழரின் விஞ்ஞான அறிவைக் காட்டுகிறது.

சங்க காலத்தில் காட்டை எரித்து, பண்படுத்தி வரகு, ஐவனம், அவரை, வாழை, உழுந்து போன்றவற்றை பயிர் செய்தமையையும், அதனை அறுவடை செய்து, தினைப்பு-

னத்தில் காத்தமையையும் புன்செய் வேளாண்மை என்னும் கட்டுரை விவரிக்கிறது.

ஐவகை நிலங்களின் அடிப்படையில் மக்கள் கூடி வாழ்ந்தமையும் அவர்களுக்குள் தலைமை வகித்தமையும் இனக்குழுவியல் என்னும் பகுதி சுட்டுகிறது. அவற்றில் சிற்றரசு, பேரரசுகள் உருவான விதமும் இனக்குழுச் சமுதாயத்தில் அடங்குகிறது.

குறுந்தொகையில் சடங்கு முறைகள் என்னும் தலைப்பிலான கட்டுரை சங்க இலக்கியங்களில் காணலாகும் சடங்கு முறைகளுடன் ஒப்பிடப்பட்டு சங்க காலத் தமிழர்களிடையே காணப்பட்ட சடங்கு முறைகளை விரிவாக ஆராய்ந்து உரைக்கிறது.

வழிபாடுகளில் குலக்குறி வழிபாடு என்னும் கட்டுரை சிறப்பிடம் பெறுகிறது. சங்க இலக்கியங்களில் குலக்குறி வழிபாடு முக்கியத்துவம் பெறுகிறது. குலக்குறி வழிபாட்டில் முருக வழிபாடு, நாக வழிபாடு, சுறாமுள் வழிபாடு ஆகியன இடம்பெறுகின்றன.

சங்ககாலத் திருமண முறைகளில் நிச்சியதார்த்தம் சடங்குகள், திருமணச் சடங்குகள் என மணச் சடங்குகள் இருவகைப்படுத்தப்படுகின்றன. அவற்றில் சிலம்பு கழித்தல்இ,மலர் அணிவித்தல் ஆகியன சிறப்பிடம் பெறுகின்றன.

சங்க காலத்தில் இடம்பெற்ற பழக்கவழக்கங்கள், உணவு முறைகள், வாணிகம், விழாக்கள் போன்ற பண்பாட்டுக் கூறுகளை பட்டினப்பாலை விளக்குகிறது.

சங்க கால மக்களின் வாழ்வியலை வெளிப்படுத்தும் விதமாக சங்க இலக்கியத்தில் காணலாகும் சடங்குகள், வழிபாட்டு முறைகள், வேளாண்மை, பண்பாட்டுக் கூறுகள், வாணியல் அறிவு ஆகியவற்றைப் பற்றி நான் வெளியிட்ட ஆய்வுக்கட்டுரைகள் தேர்ந்தெடுக்கப்பட்டு நூலாக்கம் பெற்றுள்ளன.

1

ஆற்றுப்படை இலக்கியத்தில் வானியல் குறிப்புகள்

சங்க காலத்தில் இலக்கியம், இலக்கணம், வரலாறு, கணிதம், வானநூல், உளவியல், பொருளாதாரம் போன்ற துறைகளில் புலமை எய்திய அறி-ஞர்கள் இருந்தார்கள் என்பது சங்க இலக்கியங்களிலிருந்து புலனாகின்-றது. அதிலும் ஆற்றுப்படை இலக்கியம் படைத்த புலவர்கள் வானியல் அறிவினை அதிகம் பெற்றிருக்கிறார்கள் என்பதும் தெரியவருகின்றது. அதன்படி ஆற்றுப்படை நூல்கள் குறிப்பிடும் வானியல் குறிப்புகளை ஆராய்வது இக்கட்டுரையின் நோக்கமாகும்.

"தமிழரின் வான நூலறிவு மிகவும் சிறப்பு மிக்கது என சிலேட்டர் போன்ற அறிஞர்கள் பாராட்டியுள்ளனர்" (அ. தட்சிணாமூர்த்தி, தமிழர் நாகரிகமும் பண்பாடும், ப.44) என்று அ. தட்சிணாமூர்த்தி கூறுகிறார்.

ஞாயிறு செல்லும் வான வழியையும், அதன் இயக்கத்தையும் காற்று இயங்கும் திசையையும், ஓர் அடிப்படையுமின்றி நிலைபெற்றிருக்கும் ஆகாயத்தையும் அவ்வவற்றின் எல்லையளவும் சென்று நேரில் அளந்து அறிந்தவரைப் போல ஒவ்வொரு நாளும் இத்துணை அளவுடையன என்று ஆராய்ந்து திட்டமாகச் சொல்லும் அளவு ஆழ்ந்த அகன்ற அறிவு பெற்றவர்கள் இருந்தனர் என்று உறையூர் முதுகண்ணன் சாத்-

தனார் குறிப்பிடுகின்றார். இதனை,

"செஞ்ஞாயிற்றுச்செலவுமஞ்ஞாயிற்றுப்

பரிப்பும்பரிப்புச்சூழ்ந்தமண்டிலமும்

வளிதிரிதருதிசையும்

வறிதுநிலைஇயகாயமுமென்றிவை

சென்றளந்தறிந்தோர்போலவென்றும்

இனைத்தென்போருமுளரே" (புறம்.30)

என்னும் புறநானூற்றுப் பாடலடிகள் குறிப்பிடுகின்றன.

இயற்கையின் சீற்றத்தைக் கண்டு அஞ்சிய ஆதி மனிதன் கோள்-களை வழிபடத் தொடங்கினான். விண்ணில் நிறைந்துள்ள ஏதோ ஒன்-றின் மாறுதல்கள் தங்கள் வாழ்வில் மாற்றத்தை ஏற்படுத்துவதை மனிதன் உணர்ந்தான். இங்ஙனம் தான் கண்டறிந்த சில விண்மீன்களுக்குப் பெயர் சூட்டிய மனிதன் அதன் இயல்புகளையும் அதனால் விளையும் நன்மை தீமைகளையும் காண முற்பட்டான். தான் கண்டறிந்தச் செய்திகளை எல்லாம் இலக்கியங்களிலும் ஆங்காங்கே பொதிந்து வைத்துள்ளான்.

நுண்பெருங் கலையாகிய வானநூல் சங்க காலத்தில் ஒப்புயர்வற்ற நிலைமையில் இருந்தது. வானின்கண் மின்னுவன யாவும் மீன்கள் என்-பதை,

"வானத்தின்கண்ணுள்ளமீன்" (புறம்.9)

"வானம்பலமீனையும்பூக்கும்" (புறம்.7)

"வானத்தில்விளங்கித்தோன்றும்விண்மீன்" (புறம்.15)

எனப் புறநானூறு கூறும்.

எல்லாக் கோள்களும் சூரியனை நடுவாகக் கொண்டு சுற்றி வரு-வனவாம். பொன்னால் செய்யப்பட்ட ஒரு கலத்தின் தோற்றம், ஆகாயத்-தில் ஒளி பொருந்திய நிறத்தினையுடைய கோள்மீன்கள் சூழ்ந்த இளைய கிரணங்களையுடைய ஞாயிற்றின் தோற்றத்தை ஒக்கும் என்கிறது சிறு-பாணாற்றுப்படை. இதனை,

"வாணிறவிசும்பிற்கோண்மீன்சூழ்ந்த

விளங்கதிர்ஞாயிற்றெள்ளுந்தோற்றத்து

விளங்குபொற்கலம்" (சிறுபாண்.242-244)

என்னும் அடிகள் குறிப்பிடுகின்றன.

வெள்ளை நிறமுடைய கோள் வெள்ளி எனப்படும். இது மாலையில் அல்லது காலையிலேதான் காணப்படும். இராக்காலம் விடிதற்குக் கார-ணமாகிய மீன் என இதனைப் பெரும்பாணாற்றுப்படை குறிக்கும்.

"வைகுறும்மீன்" (பெரும்பாண்.318)

சூரியன் மேருவலம் வருதலை,

"உலகம்உவப்பவலன்ஏர்புதிரிதரு

பலர்புகழ்ஞாயிறுகடல்கண்டாஅங்கு" (முருகு.1-2)

என்கிறது திருமுருகாற்றுப்படை.

சூரிய மண்டலத்தை 'செய் மண்டிலம்' (பெரும்பாண்.442) என்று பெரும்பாணாற்றுப்படையும், வெவ்வெஞ் செல்வன் (பொருநர்.136) என்று பொருநராற்றுப்படையும் கூறுகின்றன. கிழக்குத் திக்கிலே உலகைக் கவ்வியுள்ள இருளைத் தன் பொற்கிரணங்களாகிய கைகளினால் ஆர உண்டு, உலகம் உவப்பக் கடலினின்றும் செந்நிற வண்ணம் எங்கும் பரவ, என்றும் விடியலில் காட்சி தருகிறான் சூரியன். இதனை,

"அகல்இருவிசும்பில்பாய்இருள்பருகி

பகல்கான்று, எழுதருபல்கதிர்ப்பருதி" (பெரும்பாண்.1-2)

என்று பெரும்பாணாற்றுப்படையும், திருமுருகாற்றுப்படையும் (முருகு.1-2) கூறுகின்றன. மேலும் பெரும்பாணாற்றுப்படையில்,

"குணகடல்வரைப்பின்முந்நீர்நாப்பண்

பகல்செய்மண்டிலம்பாரித்தாங்கு" (பெரும்பாண்.441-442)

என்று கூறுவதைக் காணமுடிகின்றது.

இந்தச் செஞ்ஞாயிற்றையே 'இளஞாயிறு' (சிறுபாண்.242 மலை-படு.464) என்று அழைக்கின்றனர். ஞாயிறு மறைந்ததும் அந்தியில் செக்கர் வானம் நெஞ்சை அள்ளும் இயற்கைப் பொலிவுடன் தோற்றம் அளிக்கிறது. அவ்வானத்தில் பிறை தோன்றும் காட்சியையும் காணுதல் கூடும். இதனைப் பெரும்பாணாற்றுப்படையில் காணலாம்.

"அவ்வாய்வளர்பிறைசூடிச்செவ்வாய்

அந்திவானத்துஆடுமழைகடுப்ப" (பெரும்பாண்.412-413)

திங்களின் தண்கதிரையும், அதன் பால்போன்ற வெள்ளிய தன்மை-யையும் பாராட்டியுரைப்பார் போன்று இதற்குப் பல சிறப்புப் பெயர்களை-யும் அடைமொழிகளையும் சார்த்தி உரைப்பர் ஆற்றுப்படைப் புலவர்கள். அவை

"திங்கள்" (பெரும்பாண்.11)

"நெடுவெண்திங்கள்" (பெரும்பாண்.251, சிறுபாண்.219)

"பாற்கதிர்" (பெரும்பாண்.250)

திங்களினுடைய வளர்ச்சியின் உச்ச நிலையை,

"பருவவானத்துப்பாற்கதிர்பரப்பி

உருவவான்மதிஊர்கொண்டாங்கு" (சிறுபாண்.250-251)

என்கிறது சிறுபாணாற்றுப்படை.

சுக்கிரன் எனப்படும் கோள் வெண்ணிறம் வாய்ந்தது என்பதாலேயே இது வெண்மீன், வெள்ளி என்னும் பெயரிட்டு அழைக்கப்பெறுகின்றது. சூரியன் உதயமாவதற்கு முன்னதாக ஞாயிற்றுப் புத்தேளுக்குக் கட்டியங்-கூறி வருவது போல வைகறையில் காட்சி தருவது. எனவே, 'வைகுறு மீன்' என்றும் இதனைக் குறிப்பர். 'குற்றங் கூறுதல் இல்லாத புக-ழையுடைய விளக்கமான வெள்ளிமீன்' என்று பட்டினப்பாலை இதன் சிறப்பைப் பேசுகின்றது. இருள்செறிந்த விடியற் கருக்கலிலே விரிகின்ற வெள்ளிய கிரணங்களைக் கொண்டு எழுவது, 'விரிகதிர் வெள்ளி முளைத்த நள் இருள் விடியல்' (பொருநர்.72-73) என்கிறது பொரு-நராற்றுப்படை (மு. சண்முகம் பிள்ளை, சங்கத் தமிழரின் வழிபாடும் சடங்குகளும், ப.164).

நன்னன் செய் நன்னன் தனது பகையாகிய இருளைப் போக்கிய செயலுக்கு, இருள்நீக்கி எழும் ஞாயிற்றை ஒப்பிட்டு,

"பாய்இருள்நீங்கப்பகல்செய்யாஎழுதரும்

ஞாயிறுஅன்ன, அவன்வசைஇல்சிறப்பும்" (மலைபடு.84-85)

எனப் பேசப்பட்டுள்ளது.

இரும்பகை போக்கித் தோன்றிய இளஞாயிற்றுச் செல்வன் விசும்பில் படர்ந்து மேலெழுகின்றான். கரிகாலன் இளமை தொடங்கிச் சிறுகச் சிறுக வலிமை மேன்மேல் வளரத் தன் நாட்டைத் தோள் வலியால் கொண்டமைக்கு இளஞ்சூரியன் விசும்பில் மேன்மேலும் உக்கிரமுடன் எழுந்து செல்லுதலை உவமிக்கிறார் முடத்தாமக் கண்ணியார். இதனை,

"பவ்வமீமிசைப்பகற்கதிர்பரப்பி,

வெவ்வெஞ்செல்வன்விசும்புபடர்ந்தாங்கு,

பிறந்துதவழ்கற்றதன்தொட்டு, சிறந்தநன்

நாடுசெகிற்கொண்டுநாள்தொறும்வளர்ப்ப" (பொருநர்.135-138)

என்னும் அடிகளில் குறிப்பிடுகின்றார்.

அமாவாசை அன்று திங்களின் உருவம் முற்றும் மாய்ந்துவிடுகிறது. அந்நாளின் பின்னாள் தொடங்கி பிறை பிறந்து வளர்ந்து வருகின்றது. 'பிறை பிறந்தன்ன பின் ஏந்து கவைக்கடை' (பெரும்பாண்.11) என்று யாழின் பின்புறத்தில் ஏந்தியிருக்கின்ற கவைத்தலையையுடைய கடைப் பகுதியை முதற் பிறைக்கு ஒப்பிடுகின்றார் பெரும்பாணாற்றுப்படைக்காரர்.

எட்டாம் பக்கத்துத் தோன்றும் அரைத் திங்களைப் பெரும்பாணாற்-றுப்படை,

"எண்நாள்திங்கள்வடிவிற்றுஆகி,

அண்-நாஇல்லாஅமைவருவறுவாய்" (பெரும்பாண்.11-12)

என்று வர்ணித்துள்ளது.

அரும்பு விரிந்த வெண்டாமரையானது நாட்காலையில் மலர்ந்த பூவில் சென்று தேனை நுகரும். நீல நிறமும் சிவந்த கண்ணும் கொண்ட வண்டுகளின் நிரையொழுங்கு திங்களைச் சேர்ந்து பற்றுகின்ற கரும் பாம்பிற்கு ஒப்ப உளது என்று,

"முள்அரைத்தாமரைமுகிழ்வரிநாட்போது

கொங்குகவர்நீலச்செங்கட்சேவல்

மதிசேர்அரவின்மானத்தோன்றும்" (சிறுபாண்.183-185)

என்று வரும் சிறுபாணாற்றுப்படை அடிகள் அறிவிக்கின்றன.

திங்களின் அருகில் வியாழனும், வெள்ளியும் எப்பொழுதும் நீங்காமல் விளங்குகின்றன என்பதை,

"சேண்விளங்குஇயற்கைவான்மதிசுவைஇ

அகலாமீளின்அவர்வனவிமைப்ப" (முருகு.87-88)

என்ற திருமுருகாற்றுப்படை அடிகளின் வழி நக்கீரர் உணர்த்துகின்-றார் (தி. மகாலட்சுமி, இலக்கியத்தில் சோதிடம், ப.70).

இரவுப் பொழுது புலரும் விடியற் காலத்தே வெள்ளியானது வானத்-தில் தோன்றும் என்ற உண்மையினைப் பல இடங்களில் கவிஞர்கள் எடுத்தியம்பியுள்ளனர். செறிந்த இரவில் விரிகின்ற கிரணங்களை உடை-யதாக வெள்ளி மீன் எழுந்தது. உடன் பொழுது விடிந்தது என்பதை,

"கைக்கசடிருந்தஎன்கண்ணகல்தடாரி

இருசீர்ப்பாணிக்கேற்பவிரிகதிர்

வெள்ளிமுளைத்தநள்ளிருள்விடியல்" (பொருநர்.70-72)

என்ற பாடலடிகள் உணர்த்துகின்றன. அதிகாலையில் எழுந்து விடி-வெள்ளியின் உதயம் கண்டு நீராடுதல், பயணம் தொடங்குதல் முதலிய நிகழ்வுகளை நடத்தி வருகின்றனர் என்பதை இவ்வடிகள் சுட்டுகின்றன.

மலைபடுடாத்தில் கார்த்திகை நட்சத்திரம் பற்றிய செய்தி இடம்பெறுகின்றது. இதனை,

"அகல்இருவிசும்பின்ஆஅல்போல

வாலிதின்மலர்ந்தனபுன்கொடிமுசுண்டை" (மலைபடு.100-101)

என்னும் அடிகள் உணர்த்துகின்றன.

வானத்து வடவயின் விளங்கும் ஏழு முனிவருள் வசிட்ட முனிவரின் பத்தினி அருந்ததி. அருந்ததி, சாலினி என்று குறிப்பிடுகின்ற இவ்வட-மீனானது பெண்களின் கற்போடு தொடர்புபடுத்தப்பட்டு மக்களால் வழி-படும் தன்மையதாகக் காணப்படுகின்றது. திருமணமானதும் புதுமணமக்-களை அருந்ததி நட்சத்திரத்தைப் பார்க்கச் செய்கின்ற 'அம்மி மிதித்து அருந்ததி பார்த்தல்' என்ற வழக்கு இன்றும் நம்மிடம் நிலவி வருகின்-றது. இதனை,

"பெருநல்வானத்துவடவயின்விளங்கும்

சிறுமீன்புரையும்கற்பின்நறுநுதல்" (பெரும்பாண்.302-303)

என்று பெரும்பாணாற்றுப்படை குறிப்பிடுகின்றது.

முடிவுரை

சங்ககால மக்களிடத்தில் இருந்த வானியல் பற்றிய அறிவினைச் சங்கப் பாடல்களான ஆற்றுப்படை பாடல்கள் மூலம் அறியமுடிகின்றது. சூரியன், சந்திரன் ஆகிய இருசுடர்கள் பூமியின் இயக்கத்தைக் கட்டுப்-படுத்தின. சூரியன், கிரகங்கள் இயங்குவதற்கு நடுவணாக அமைந்தது. நிலவு தேய்ந்து அமாவாசையானது; பின் வளர்ந்து முழுநிலவு நாளா-னது. கார்த்திகை நட்சத்திரம் மக்களிடம் சிறப்பிடம் பெற்றது. வெள்ளி, அருந்ததி போன்ற மீன்கள் மக்களிடம் நன்மதிப்பை பெற்றன. அதனை அவர்கள் வாழ்க்கையின் முன்மாதிரியாகப் பாவித்துப் பின்பற்றி வந்தனர்.

2

குறுந்தொகையில் அகப்புற மணங்கள்

இருமனம் கலந்து ஒரு மனமாவதற்குத் திருமணம் வழிவகுத்துக் கொடுக்-கின்றது. இரண்டு உயிர்கள் இன்பம் பெற்றுத் தெய்வ நிலை அடைய வழிகாட்டுதலாய் அமைவதும் திருமணமே. இவ்வுலகில் நிகழ்ந்த அத்-தனை முன்னேற்றங்களுக்கும் மறைமுகமாய் நின்று ஊக்கம் கொடுப்பதும் இவ்விரு பாலின ஈர்ப்பே காரணமாகும். குடும்பம் என்னும் நிறுவனம் உருவாவதற்குக் காரணமாய்த் திகழ்வதும் திருமணமாகும். இத்தகைய அரிய மணத்தைப் பல்வேறு முறைகளில் பல்வேறு மொழிகளில் அவர-வர்க்கு உகந்த வழிகளில் நிகழ்த்தி வருகின்றனர்.

திருமணம் நிகழ்த்துவதற்கென்று ஒவ்வொரு சமூகமும் ஒவ்வொரு வரையறையைத் தமக்குள் வைத்துக்கொண்டிருந்தது. இவ்வரையறை சமூகத்திற்குச் சமூகம் மாறுபட்டிருந்தது. அம்மாறுபட்ட திருமண வரை-யறைகள் சங்கத் தமிழரின் பண்பாட்டில் எவ்வாறு இடம்பிடித்திருந்தன என்பதைக் குறுந்தொகை வழி இவ்வியல் ஆராய்கிறது.

லெவிஸ்ட்ராஸ் கோட்பாடு

அமைப்பியல் அணுகுமுறைப்படித் திருமண விதிகளைக் கட்டமைத்-தவர் லெவிஸ்ட்ராஸ் ஆவார். மணவுறவு, கொண்டு - கொடுத்தல், திருமணம், இவற்றின் அமைப்புகள் உலகந்தழுவிய பண்பாடுகளின் உறவுமுறையில் காணப்படும் வேறுபாடுகளிலிருந்து காணமுடியும் எனக் கண்டறிந்ததே லெவிஸ்ட்ராஸின் மிகப்பெரும் கண்டுபிடிப்பாகும்.

திருமண உறவு என்பது மணமகன்ää மணமகள் ஆகிய இரண்டு தனி மனிதர்களைத் தாண்டி அவர்களின் குடும்பத்தினர், அவர்கள் சார்ந்த கால்வழியினர் ஆகியோரை இணைத்துக் கொள்ளும் ஒரு விரிவான பொருளாதாரப் பிணைப்பைக் கட்டமைக்கிறது. இக்கருத்தை வலியுறுத்தும் விதமாகத், "திருமணமாது மணமகன், மணமகள் என்னும் இரு தனி மனிதர்களை இணைக்கும் நிகழ்வன்று. இது ஒரு தொடர் வரிசையிலான பொருளாதாரப் பரிவருத்தனையை ஆரம்பித்து வைக்கிறது. திருமணத்திற்குப் பின் மணவுறவால் இணைந்த குடும்பங்களுள் சடங்கும்ஃசமூக நிகழ்வுகளின்போது உணவு, பணம், பொருள், துணிமணி போன்றவை மாறி மாறிப் பரிவருத்தனை செய்து கொள்ளப்படுகின்றன" (எடுத்தாளப்பட்டது, பக்தவத்சல பாரதி, மானிடவியல் கோட்பாடுகள், ப.117) என்னும் லெவிஸ்ட்ராஸின் கருத்து அமைகின்றது.

உலகம் தழுவிய நிலையில் உறவுமுறையின் வகைகளைத் தொகுத்து ஆராய்ந்த லெவிஸ்டராஸ்ää பின்வரும் இரண்டு தனிப்பெரும் நிலைகளில் அவற்றின் வேறுபாட்டினைக் கண்டறிந்தார் (மேலது,பக்.118-119).

1. எளிய அமைப்புகள் (Elementary Structures)

2. சிக்கலான அமைப்புகள் (Complex Structures)

லெவிஸ்ட்ராஸ் கூறும் எளிய அமைப்புகள் மனித சமுதாயத்தின் தொடக்க நிலையில் தோன்றிய மணவுறவு (Alliance) முறையைக் குறிப்பதாகும். மனிதச் சமூகத்தில் தொடக்கத்தில் விரும்பத்தக்க மணமுறைகள் (Preferential Marriages) தோன்றின. இவ்விரும்பத்தக்க மணமுறையின் சிறப்புத் தன்மைகள் அனைத்தையும் எளிய அமைப்புகள் என்னும் தொடரால் குறிக்கிறார்.

விரும்பத்தக்க மணமுறையானது ஒருவர்ää யாரை மணம் செய்து கொள்ள வேண்டும் என்று திட்டவட்டமாகக் குறிப்பிடுகின்றது. இதனால் மணத்துணையின் வட்டம் வரையறுக்கப்பட்டுவிடுகின்றது. அதோடு மணத்துணையின் வட்டம் விரிய வாய்ப்பில்லை என்பதால் இது மூடிய வட்டம் (Cllosed Circle) என்ற தன்மையைப் பெறுகிறது.

தமிழர்களிடம் விரும்பத்தக்க மணமுறை என்பது முறை, உரிமை போன்ற கருத்தாக்கங்களில் புதைந்துள்ளது. அத்தை பெண்ää தாய்மாமன், அக்காள் பெண் ஆகியோர் முறைப்பெண்கள் ஆவர். மேற்கூறியோரின் மகன்கள் முறைப் பையன்கள். இவர்கள் திருமணத்திற்காக

உரிமை கொண்டாடுவார்கள். யாரைத் திருமணம் செய்துகொள்ள வேண்டும் என்ற முறை அல்லது உரிமை தமிழ்ச் சமூகத்தில் உள்ளதால் உறவு முறையில் விரும்பத்தக்க மணவுறவில் அடங்கும் உறவினர்கள் தனிப்பட்ட உறவுமுறைச் சொற்களால் அழைக்கப்படுகின்றனர்.

எளிய அமைப்புகளுக்கு நேர்மாறானவை சிக்கலான அமைப்புகள் ஆகும். சிக்கலான அமைப்புகள் உள்ள சமூகங்களில் இரத்த வழியில் நேரடியாகத் தொடர்புடைய உடன் பிறந்தவர்களுடன் திருமணம் செய்யக்கூடாது என்பதே அவ்வகைச் சமூகங்களில் உள்ள திருமண விதி யாகும். இவ்வகை உடன் பிறந்தவர்களை முழு உடன் பிறந்தவர்கள் (Full Siblings) என அச்சமுதாயத்தினர் வரையறை செய்கின்றனர். இவ்வகைச் சமுதாயங்களில் ஒருவர் யார் யாருடன் மணவுறவு கொள் ளக் கூடாது என்ற விதி மட்டுமே சுட்டப்படுவதால் இதனை எதிர்மறை விதிகள் (Negative Rules) என்று கூறுகிறார் லெவிஸ்ட்ராஸ். யாரு டன் திருமணம் செய்து கொள்ளவேண்டும் என்பதை இவ்விதிகள் சுட்டிக் காட்டுவதில்லை.

இவ்வமைப்புகளில் விரும்பத்தக்க மணவுறவினர் யார் என்ற சுட்டுதல் இடம்பெறாததால் மணத்துணையின் வட்டம் அவரவர் விருப்பத்திற்கேற்ப அமையும் வகையில் திறந்து கிடக்கும். இதனால் உறவுமுறைச் சொற்-களும் மணவுறவினர்கள் யார் என்னும் சுட்டுதலைத் தெளிவுப்படுத்து-வதில்லை. இவ்வமைப்புகளில் இடம்பெறும் ஒரேயொரு திருமண விதி ஒருவர் யார் யாருடன் திருமணம் செய்யக்கூடாது என்பது மட்டுமே. இதனாலேயே இம்மணமுறை எதிர்மறை விதிகள் என்னும் பெயரைப் பெறுகின்றன.

அகமணம்

அகமணம் (Endogamy) என்பது, ஒரு குறிப்பிட்ட சமூகக் குழு, வகுப்பு அல்லது இனப்பிரிவுகளுக்கு உள்ளேயே திருமணம் செய்து கொள்ளும் முறையைக் குறிக்கிறது. இவ்வகை மணம் லெவிஸ்ட்ராஸின் எளிய அமைப்புகள் என்னும் வகையில் அடங்கும். சாதிப்பிரிவுகள் காணப்படும் இந்தியா போன்ற நாடுகளில் சாதி ஒரு அகமணக் குழு-வாகச் செயல்படுகின்றது. தமிழர்களும்கூடப் பெரும்பான்மை சாதிப்பிரி-வுகளாகச் செயல்படுகின்றனர். சாதிப்பிரிவுகள் இல்லாத சமுதாயங்களில் வர்க்கம் அல்லது வகுப்பு அகமணக் குழுவாக இருப்பதைக் காணமுடி-கின்றது.

அகமணமுறை அச்சமூகத்தைச் சார்ந்த குழுவுக்குள் நெருக்கத்-தையும் பிணைப்பையும் ஏற்படுத்துகின்றன. பண்டைக் காலத்திலிருந்தே புலம் பெயர்ந்து வாழும் சமுதாயங்களில் அகமணமுறை கடைப்பிடிக்கப்-பட்டு வந்துள்ளது. இது குழுவுக்குள் ஒற்றுமையை ஊக்குவித்து அக்-குழுவுக்குள் உரிய வளங்கள் மீதான கட்டுப்பாட்டையும் தக்கவைத்-துக்கொள்ள உதவுகின்றது. இது வேறு பெரும்பான்மைக் குழுக்கள் மத்தியில் வாழும் சிறுபான்மையினர் தங்கள் சொந்தப் பழக்கவழக்கங்க-ளுடன் நீண்ட காலம் புதிய இடங்களில் தாக்குப் பிடிக்கக்கூடிய சூழ்நி-லையை ஏற்படுத்தித் தருகின்றது.

ஒரு குறிப்பிட்ட நிலப்பரப்பில் வாழ்பவர்கள் தங்களுக்குள் மணம் புரிந்து கொள்ளும் முறை நிலப்பரப்பு சார்ந்த அகமணம் (Territorial Endogamy) எனப்படும். ஒரு சில ஊர்களைச் சேர்ந்தவர்கள் தங்கள் ஊருக்கு வெளியே மணம் செய்துகொள்வதில்லை. இது ஊர் அகமணம் (Village Endogamy) எனப்படுகின்றது.

சங்ககால மக்கள் திணைச் சமுதாயமாக வாழ்ந்தார்கள். தங்கள் நிலப்பரப்பிலேயேஇ தம் ஊரிலேயே தம் மக்களைத் திருமணம் செய்யும் அகமண முறைகளைக் கடைபிடித்துள்ளனர். இதனை,

தலைவியும் தலைவனும் ஓர் ஊரினர் (தொல்.கள.23)

என்னும் நச்சினார்க்கினியர் விளக்கம் குறிப்பிடுகின்றது. மேலும், தலைமக்கள் தங்கள் ஊரில் இளமைக் காலத்தில் விளையாடும்போது சிறு சண்டை போட்டுக்கொண்டு இருப்பார்கள்; பின்னாளில் அவர்கள் இருவரும் உள்ளத்தால் நீங்காதவாறு நட்பாகி காம்புகளைச் சேர்த்து இரட்டையாகச் சேரத் தொடுத்த மாலையை போல் சிறு பூசலும் இல்-லாமல் இருக்கின்றனர். அவர்கள் உடன்போக்கு மேற்கொண்டு மணம் முடித்துக் கொள்கின்றனர் என்பதனை,

> இவனிவ ளைம்பால் பற்றவு மிவளிவன்
>
> புன்றலை யோரி வாங்குநள் பரியவும்
>
> காதற் செவிலியர் தவிர்ப்பவுந் தவிரா
>
> தேதில் சிறுசெரு வுறுப மன்னோ
>
> நல்லைமன் றம்ம பாலே மெல்லியற்
>
> றுணைமலர்ப் பிணைய லன்ன விவர்
>
> மணமகி ழியற்கை காட்டி யோயே (குறுந்.229)

என்னும் குறுந்தொகை அடிகள் விளக்குகின்றன.

அம்பல், அலர் என்பவற்றின் மூலம் குறிஞ்சி நிலத் தலைமகனிடம் காதல் வயப்பட்ட தலைமகளின் மாற்றத்தைக் காணும் பெற்றோர் அவளது மாற்றத்தை வினவிய பொழுது தோழி அறத்தொடு நிற்றலால், இற்செறிப்பு செய்தமையும் தலைமக்கள் வேற்றுவரைவு கண்டு உடன்- போக்கு மேற்கொண்டமையும் வேற்று ஊர் மக்களைத் தம் பெண்கள் மணப்பதைப் பெற்றோர் விரும்பவில்லை என்பதும் தம் ஊருக்குள்ளேயே மணம் முடிக்கும் தன்மை உடையோர் சங்ககால மக்கள் என்பதையும் குறுந்தொகை காட்டுகின்றது.

புறமணம்

புறமணம் (Exogamy) என்பது ஒரு குறிப்பிட்ட குழுவைச் சேர்ந்- தவர்கள் தங்கள் குழுவுக்குள்ளேயே மணம் செய்து கொள்ளாமல், வேறு குழுவைச் சேர்ந்தவர்களை மணம் செய்து கொள்ளும் முறை ஆகும். இம்முறையில் இரத்த உறவு கொண்டவர்களையும் ஒரே குலத்தைச் சேர்ந்தவர்களையும் மணம் செய்து கொள்வது தடை செய்யப்படலாம். ஒரே கால்வழி, குடிவழி என்பவற்றைச் சேர்ந்தவர்கள் இரத்த உறவு கொண்டவர்கள் என்பதலால் பல சமுதாயங்களில் இக்குழுக்களுக்கு உள்ளே திருமணங்கள் ஏற்றுக்கொள்ளப்படுவதில்லை. தமிழ் நாட்டில் குலம், கோத்திரம், வம்சம் போன்ற பிரிவுகளும் இத்தகைய உறவுக் குழுக்களே ஆகும்.

புறமண முறைகள் லெவிஸ்ட்ராஸ் குறித்த சிக்கலான அமைப்புகள் என்னும் பிரிவில் சேரும். சங்க கால மக்கள் தமர் என்னும் உடன் பிறந்தோர் திருமண முறையை மட்டும் குறிப்பிடவில்லை. முல்லை நிலத் தலைவி காதலிக்கும் தலைவனாக மலைநாடனொடு நட்பு கொண்ட- மையை,

நிலத்தினும் பெரிதே வானினு முயர்ந்தன்று
நீரினு மாரள வின்றே சாரற்
கருங்கோற் குறிஞ்சிப் பூக்கொண்டு
பெருந்தே னிழைக்கு நாடனொடு நட்பே (குறுந்;.3)
மன்ற மராஅத்த பேழ்முதிர் கடவுள்
கொடியோர்த் தெறூஉ மென்ப யாவதும்
கொடிய ரல்லரெங் குன்றுகெழு நாடர் (குறுந்.87)

என்னும் பாடல்களிலும் மருதநில ஊரனை மணந்து இல்லறம் நடத்- தியதை,

கழனி மாத்து விளைந்துகு தீம்பழம்
பழன வாளை கதூஉ மூரன்
எம்மிற் பெருமொழி கூறித் தம்மிற்
கையுங் காலுந் தூக்கத் தூக்கும்
ஆடிப் பாவை போல
மேவன செய்யுந்தன் புதல்வன் தாய்க்கே (குறுந்.8)

என்னும் பாடலிலும் நெய்தல் நிலத் துறைவனிடம்; நட்பு கொண்-
டதை,

சிறுமனைப் புணர்ந்த நட்பே தோழி
ஒருநாட் டுறைவன் றுறப்பின் (குறுந்.326)

என்னும் பாடலிலும் அறியமுடிகின்றது. இவர்கள் அனைவரும்
அயலூரைச் சேர்ந்தோர். அதேபோன்று குறுந்தொகைப் பாடலில்
(குறுந்.229) ஒரே ஊரைச் சேர்ந்தோர் உடன்போக்கு மேற்கொண்டு
செம்மையாக இல்லறம் நடத்தியமையையும் அறியமுடிகின்றது. ஆகவே
சங்ககால மக்களிடம் உடன்போக்கில் எந்த முறைமையும் பின்பற்றப்படு-
வில்லை. ஆகவே இன்னாரையே திருமணம் செய்து கொள்ள வேண்-
டும் என்ற முறையான விதிகள் சங்க இலக்கியங்களில் காணவில்லை.
உடன்பிறந்தோரை மணத்தல் குறுந்தொகையில் இல்லையாதலால் அவ்-
வுடன்பிறந்தோர் உறவு தகாத உறவாகக் கருதப்பட்டதனை உணரமுடி-
கின்றது.

தாய், தந்தை வழி முறைமணம்

லெவிஸ்ட்ராஸ் குறிப்பிடும் முறையே உரிமை ஆகியவை முறைம-
ணத்தையே குறிப்பிடுகின்றன. இன்னார் இன்ன முறைமையில் திரும-
ணம் செய்ய உரிமை பெற்றுள்ளனர் என்பதே முறைமணமாகும். இம்மு-
றைமணம் சங்ககாலத்தில் தாய்வழி, தந்தைவழி ஆகிய இருவழிகளிலும்
கடைபிடிக்கப்பட்டிருக்கின்றன.

சிறுசிறு குழுக்களாக வாழ்ந்த மக்கள் கூட்டத்தில் நடந்த திரும-
ணங்கள் அவ்வக் கூட்டத்தாரிடையே நடந்தனவையாகக் கருதத்தகும்.
அவர்கள் ஒருவரை ஒருவர் நன்கு அறிந்தவராகவும் தம்முள் உறவு
உடையவராகவும் விளங்கியிருப்பர். அவ்வுறவு இரு வகையில் அமை-
யும். அது தாய்வழி உறவும் தந்தைவழி உறவும் ஆகும். தாய்மாமன்
மகளையும் அத்தை மகளையும் மணக்கும் வழக்கமே நெடுங்காலமாகத்

தமிழ்நாட்டில் உள்ளது. சங்க காலத்தில் தாய்வழி மற்றும் தந்தைவழி ஆகிய இரண்டில் ஏதேனும் ஒரு முறையில் திருமணம் நிகழ்த்தப்பட வேண்டும் என்பதற்குக் குறுந்தொகையிலுள்ள செம்புலப் பெயல்நீரார் பாடல் சான்றாக உள்ளது.

யாயு ஞாயும் யாரா கியரோ

எந்தையு நுந்தையு மெம்முறைக் கேளிர்

யானு நீயு மெவ்வழி யறிதும்

செம்புலப் பெயனீர் போல

அன்புடை நெஞ்சந் தாங்கலந் தனவே (குறுந்.40)

என்னும் இப்பாடலில் தாய்வழியிலும் முறை இல்லை, தந்தை வழி-யிலும் முறை இல்லை. நாம் இருவரும் காதலால் மணந்தோம் என்று தலைவன் கூறுகிறான். இக்கூற்றிலிருந்து கணவன் மனைவியாக வாழ்-வதற்கு அக்கால வழக்கப்படித் தாய், தந்தை உறவு அடிப்படையானது என்பது உணரப்படுகின்றது.

முடிவுகள்

* திருமணம் பற்றிய லெவிஸ்ட்ராஸ் கருத்துப்படி எளிய அமைப்புகள், சிக்கலான அமைப்புகள் என்று திருமணக் குழுக்கள் இருவகைப்படுகின்றன.

* சங்ககால மக்கள் ஒரே குழுவுக்குள், நிலப்பரப்பு அல்லது ஊருக்குள் அகமண முறையிலும், விதிமுறைக்கு உட்படாத முறையில புறமணக் முறையிலும் திருமணம் செய்தனர்.

* சங்ககாலச் சமுதாயத்தில் திருமணம் தாய் தந்தை ஆகிய இரு வழியிலும் செய்யப்பட்டமையும், அம்முறையை மீறிச் சுதந்திரமாய் உலாவும் காதல் வாழ்வைக் கொண்டமையும் அறியமுடிகின்றது.

3

சங்ககாலப் போர் சமுதாயத்தில் மள்ளர், மறவர்

சங்ககாலத்தை இயற்கைநெறிக் காலம் எனச் சான்றோர் குறிப்பிடுவர். நேரடியாக இயற்கையோடு இயைந்தும் சார்ந்தும் வாழும் போக்கு சங்-ககாலத்தில் மேலோங்கி எவற்றை உணவாகக் கொள்வது, கொள்ளக் கூடாது என்பதை அறியவும் உணவுப் பொருள்களின் எல்லையை விரித்துக் கொள்ளவும் பறவைகள், விலங்குகள் ஆகியவற்றின் உணவுப் பழக்கங்களையும் தாவரங்களின் வளர்ச்சிப் பருவங்களையும் நுட்பமாகக் கவனித்தனர். இயற்கையிடமிருந்து பெற்ற அனுபவ அறிவின் மூலம் தம்முடைய சமூக வாழ்க்கையையும் மாற்றி அமைத்துக்கொண்டே வந்-தனர். விரிந்தகாலப் பரப்பைச் சங்க இலக்கியம் பிரதிநிதித்துவம் செய்வ-தால் இத்தகைய விரிந்த படிமலர்ச்சிக் கூறுகளை நம்மால் இனங்காண-முடிகிறது.

சங்ககாலச் சமுதாயம் இனக்குழு அமைப்புடையது என்பதைப் பெரும்பான்மையினர் ஒத்துக் கொள்கின்றனர். இச்சமூக அமைப்பில் வெவ்வேறு தொழில்களைச் செய்யும் குழுக்கள் காணப்பட்டனர். அவர-வர்கள் வாழ்ந்த இயற்கைச் சூழல்களில் கிடைப்பவற்றை உற்பத்தி செய்-யும் போக்குக் காணப்பட்டது.

இனக்குழுத் தலைவர்களும் குறுநில மன்னர்களும் தங்களது குழுக்-
கள் புழங்கும் வெளிகளை வரையறுத்துக் கொண்டனர். பெரும்பாலும்
இந்தவெளி என்பது உணவுப் பொருட்களின் உற்பத்தி சார்ந்த களங்-
களாகவே அமைந்தன. இவ்வெளிகளைப் பிற குழுக்களின் ஆக்கிர-
மிப்புகளிலிருந்தும் உற்பத்திக்குப் பயன்படுத்துவதிலிருந்தும் பாதுகாத்துத்
தங்களது வெளிகளை விரித்துக் கொள்வது அவர்களது நோக்கங்களாக
இருந்தன. எனவே, இவை தொடர்பான மீறல்கள், சண்டைகளாகவும்
போர்களாகவும் நீடித்தன. இந்தச் சூழலில் இனக்குழுத் தலைவர்களுக்-
கும் குறுநிலமன்னர்களுக்கும் எப்போதும் போருக்குத் தயாராக இருக்கக்
கூடிய மக்கள் திரள் தேவைப்பட்டது. இதனால் போரை விரும்பும் சமூ-
கத்தை உருவாக்குவதில் அவர்கள் முனைப்பாக இருந்தனர். இதனை,

ஈன்று புறந்தருதல் என்தலைக் கடனே

சான்றோனாக்குதல் தந்தைக்குக் கடனே (புறம்.312)

என்னும் பாடல் சுட்டுகிறது. இப்பாடல் வரிகள் சங்ககாலச் சமூகத்-
தின் மனம் எவ்வாறு கட்டமைக்கப்பட்டிருந்தது என்பதை உணர்த்துகிறது.
ஆண்மகனைப் போருக்குத் தயார் செய்வதும், பெண்ணை இனப்பெருக்-
கத்திற்குத் தயார் செய்வதும் அச்சமூகத்தின் அடிப்படையாக அமைந்-
தது.

விழுப்புண் பட்டு இறப்பதே சங்ககாலத்தின் மிக உயர்ந்த விழுமி-
யமாகும். புறமுதுகில் படுகாயம், புறமுதுகு காட்டி ஓடல் போன்றவை
இழிவானவையாகக் கருதப்பெற்றமையைப் புறப்பாடல்கள் சுட்டிக்காட்-
டுகின்றன. குழந்தை இறந்;தாலும் வாளால் அறுத்தே புதைத்தனர்
(புறம்.74) என்பதையும், நோயினால் இறந்தோரையும் அவ்வாறே செய்-
தனர் (புறம்.93) என்பதையும், போர்க்களம் செல்லும் தன்மகனை
மகிழ்வுடன் அனுப்பி வைப்பதையும், போர்க்களத்தில் இறந்துபட்டவுடன்
விழுப்புண் பட்டே இறந்திருப்பான் (புறம்.277, 278, 295) என்பதையும்
புறப்பாடல்கள் காட்டுகின்றன.

இவை போன்ற குறிப்புகளை வீரம் என அடையாளப்படுத்தினாலும்
விழுப்புண் குறித்த சமூக மதிப்பு எவ்வளவிற்கு உயர்வாக மதிக்கப்பெற்-
றது என்பதையே உணர்த்துகின்றன.

மள்ளர்

தமிழரின் மூத்தகுடியாகவும் செந்நெல் முடிக்காவலராகவும், ஏர்
உழுவராகவும், போர்மறவராகவும் வாழ்ந்தவர்கள் மள்ளர்கள் ஆவர்.

இவர்கள் பண்ணைப் பள்ளர் எனப்பட்டனர். மள்ளர்கள் இனக்குழுவாக இருந்த சமூகத்தில் போர் செய்யும் சமூகமாகத் திகழ்ந்தது. மள்ளர்கள் தம் வீரச் சிறப்பினை எடுத்தோதாத சங்க இலக்கியம் இல்லை. மள்ளர்களின் போர்ச் சிறப்பால் அரசர்களையும் மள்ளர் எனக் குறிப்பிடுவது வழக்கத்தில் இருந்தது.

சேர மரபில் களங்காய்க்கண்ணி நார்முடிச் சேரல்,

"மள்ளர் ஏறு" (பதிற்று.4)

என்று குறிப்பிடப்படுகிறார்.

சோழ மரபில் போர்வைக் கோப்பெருநற் கிள்ளி,

"களம்புகு மள்ளர்" (புறம்.80)

எனப்படுகிறார்.

"பாண்டிய மரபில் செருவென்ற பாண்டிய நெடுஞ்செழியன் மருத நிலத்தில் அரசு அமைத்துக்கொண்டவர் என்று முன்பு கூறப்பட்டுள்ளது. திருவிளையாடற் புராணத்திலும் பாண்டியவேந்தர்கள் மள்ளர் இனத்தவர் என்றே குறிப்பிடப்பட்டுள்ளது." (மருதமலர்,சூன் 2009, இதழ் 20-21,ப.7)

தமிழக வரலாற்றில் மள்ளர்கள் போர் மறவர்களாகவே சுட்டப்படுகின்றனர். இவர்கள் ஆறலைக் கள்வர்களிடமிருந்து குடிமக்களையும் நாட்டையும் காத்தோம்புகின்ற கடமை செய்யும் காவலர்கள். இவர்கள் கைப்பொருட்களைக் கவருகின்ற பாலை மறவர்களுக்குப் பகை மறவர்களாகவே திகழ்ந்துள்ளனர்என்பதை,

அத்தம் செல்வோர் அலறத் தாக்கிக்
கைப்பொருள் வௌவும் களவுஏர் வாழ்க்கைக்
கொடியோர் (பெரும்.39-41)

என்னும் பெரும்பாணாற்றுப்படை அடிகள் குறிப்பிடுகின்றன. மள்ளர்கள் கொலை, களவு போன்ற தீய செயல்களை நீக்கி வாழ்ந்தவர் என்பதை,

கொலை கடிந்தும் களவு நீக்கியும்
கொடுமேழி நசை உழவர் (பட்டின.199-205)

என்று கூறுகிறதுபட்டினப்பாலை.

"சங்க இலக்கியங்களை நான் சல்லடைப் போட்டுச் சலித்துப் பார்த்து விட்டேன். அதில் வீரர், வீரம், வீரன் என்ற சொற்கள் இல்லை.

முhறாக அங்கு மள்ளர் - மல்லர் —— உழவர் என்ற சொற்களே காணமுடிகின்றன. அங்கு மள்ளர்களும் மறவர்களும் மற்றும் மக்களும் மள்ளர்களாகவே இருக்கிறார்கள். நான் வியந்துபோனேன்'' (மள்ளரியச் சொற்பொழிவுகள், இதழ் 23, பாரதியார் பழ்கலைக்கழகம், கோவை, ப.45) என்று ஒப்பியல் அறிஞர் கதிர்மகாதேவன் குறிப்பிட்டுள்ளதைக் குறுந்தொகை வழி அறியமுடிகின்றது.

வெற்றியை விளைநிலமாகக் கொண்ட வீரர்கள் போருக்குச் செல்-லும்போது எழுப்பிய ஆரவாரம் மிக்க ஒலியைக் கண்டு கடற்கரையில் உள்ள பறவைகள் அஞ்சின என்பதை,

முனாஅ தியாஅனையங் குருகின் கானலம் பெருந்தோ

டட்ட மள்ள ராார்ப்பிசை வெருஉம் (குறுந்.34)

என்னும் அடிகள் கூறுகின்றன.

மள்ளர்கள் போர்த் தொழிலையே விரும்பிச் செய்தனர். வீரமே விளைநிலமாகக் கொண்டவர் என்பதனை,

மள்ளர் குழீஇய விழவி னானும்

மகளிர் தழீஇய துணங்கை யானும் (குறுந்.31)

என்னும் அடிகள் விளக்குகின்றன. மள்ளர்கள் அனைவரும் ஒன்-றுகூடி நிகழ்த்தும் விளையாட்டுப் போர் நிகழ்வை இவ்வடிகள் சுட்டு-கின்றன.

"மள்ளர் - வீரர். திருவிழாக் காலங்களில் வீரர்கள் தத்தம் சேரிகளில் விளையாட்டுப் போர் நிகழ்த்துவர்''(உ.வே.சா., குறுந்தொகை மூலமும் உரையும், ப.72.) என்னும் உ.வே.சா. கூற்றுப்படி விளையாட்டிலும் வீரத்தையே வெளிப்படுத்தினர் மள்ளரினமக்கள்.

தன்னைப் புறங்கூறினாள் வேறொரு பரத்தை எனக் கேட்ட இற்-பரத்தை அவளுக்குப் பாங்காயினர் கேட்ப அமைந்த ஒரு பாடலில், மகளிர் துணங்கையாடும் நாளும் மள்ளர் சேரிப் போர் செய்யும் நாளும் வந்தன என்று கூறுவாள்.

வணங்கிறைப் பணைத்தோ ளொல்வளை மகளிர்

துணங்கை நாளும் வந்தன வவ்வரைக்

கண்பொர மற்றதன் கண்ணவ

மணங்கொளற் கிவரும் மள்ளர் போரே (குறுந்.364)

மள்ளர் - புலவர்

மள்ளர் இன மக்கள் போர்த் தொழிலைத் தவிரச் சிறந்த புலவர்-
களாகவும் திகழ்ந்துள்ளனர். இதனை, "சங்க இலக்கியங்களில் மள்ள-
ரினப் புலவர்களாக மள்ளனார், கடுவன் மள்ளனார், மதுரை அளக்கர்
ஞாழார் மகனார் மள்ளனார், மதுரைத் தமிழ் கூத்தனார் கடுவன் மள்-
ளனார் ஆகியோர் சிறப்புமிக்கப் புலவர்களாகத் திகழ்ந்துள்ளனர்" (கா.
பத்ரகாளி, தமிழ் இலக்கியங்களில் மள்ளர் மாண்புகள், ப.17.) என்னும்
பத்ரகாளியின் கூற்றிலிருந்து அறியமுடிகின்றது.

மறவர்

மறவர் என்னும் இனம் மறத் தொழிலுக்காகவே உள்ள மனித
இனமாகும். மறக்குடி என்னும் இவர்களது குடி தொன்மையானதாகும்.
இக்குடியினரைப் பாராட்டுவதே குடிநிலை, மூதின் முல்லை போன்ற
துறைகளின் நோக்கமாகும். இக்குடிப் பெண்டிரும் வீரமிக்கவராவர். மரு-
தநில மறவரின் வீரம் மக்களுக்குப் பாதுகாப்பானது. போருக்குச் செல்வது
அவர்களது தொழில். இதனைப்,

"படைசுமை மறவர்" (புறம்.351)

என்கிறது புறநானூறு. தன்மகன் களிறெறிந்து பட்டனன் என்னும்
செய்தி தாய்க்குத் தேனாக இனித்தது. அவன் ஈன்ற பொழுதினும் உவந்-
தாள். இதனை,

வால்நரைக் கூந்தல் முதியோள் சிறுவன்

களிறு எறிந்து பட்டனன் என்னும் உவகை

ஈன்ற ஞான்றினும் பெரிதே (புறம்.277)

என்னும் புறநானூற்று அடிகள் உரைக்கின்றன. மகன் புறங்கொடுத்-
தான் எனக் கேள்வியுற்ற தாய்,

அவன் உண்ட மார்பைஅறுத்தெறிவேன் (புறம்.278)

என்று சூளுரைத்தாள். அடுத்தடுத்த நாட்களில் கணவனையும்
அண்ணனையும் போரில் இழந்தும் மனம் கலங்காமல் இளைய மகனைப்
போருக்கு அனுப்பினாள் என்பதையும் இப்பாடல் விளம்புகிறது.

வீரத்தில் சிறந்த இக்குடியினருக்கு மன்னர்கள் பெருமதிப்பளித்தனர்.
தம் கைகளாலேயே கள்ளை எடுத்து அவர்களுக்குக் கொடுப்பது மரபா-
கும். இம்மறவர்கள் கொலைத் தொழிலில் சிறந்தவர்கள், கூற்றுவனை
ஒத்தவர்கள். கையில் வேலைக் கொண்டவர்கள். இதனை,

கூற்றத் தன்ன கொலைவேன் மறவர் (குறுந்.283)

என்னும் அடியும், வளைந்த வில்லையுடைய மறவர் என்பதை,

கொடுஞ்சிலை மறவர் (குறுந்.331)

என்னும் அடியும் புலப்படுத்துகின்றது. மறவர் சிலை விளிம்பை உருவி நாணேற்றுதலையும் குறுந்தொகை (297) குறிப்பிடுகின்றது.

முடிவுரை

• சங்ககால மக்கள் பல குழுக்களாகச் சேர்ந்து வாழ்ந்துள்ளனர். ஒவ்வொரு குழுவாக வாழ்ந்த மக்களும் தமக்கெனத் தனி அடையாளத்துடன் விளங்கினர்.

• சங்ககால இனக்குழுச் சமுதாய வாழ்க்கையில் உழவுத் தொழிலைத் தவிர போர்த் தொழில் செய்வதற்காகவே மள்ளர், மறவர் என்னும் குழுக்கள் வாழ்ந்தனர்.

• மறத் தொழிலில் சிறந்த மள்ளர்கள் சிறந்த அரசர்களாகவும் புலவர்களாகவும் இருந்தனர்.

• மறத் தொழிலுக்காகவே உள்ள மறவர் இனம் கொலை வேலையும் வில்லையும் எப்போதும் கையில் கொண்டிருந்தது.

4

குறுந்தொகையில் தெய்வ வழிபாடு

வழிபாட்டு முறைகள் என்பது மனித வாழ்வோடு ஒன்றியவை. இத்த-கைய வழிபாடுகள் வயப்பட்டவையாக வாழ்வோடு ஒன்றிய நிலையில் காணப்படுவனவாகும். வாழ்வில் நல்லவை நிகழவும், அன்றாட நடை-முறை நிகழ்வுகளில் தீய விளைவுகளிலிருந்தும் இயற்கைச் சீற்றங்களிலி-ருந்தும் பாதுகாத்துக்கொள்ளவும், நோய் அனுகாமலிருக்கவும், தம்மைச் சூழ்ந்துள்ள சுற்றத்தார்க்குத் தீங்கு நேராமலிருக்கவும் இத்தகைய வழிபா-டுகள் நிகழ்த்தப்பட்டுள்ளன என்பதை அறியமுடிகிறது.

மக்கள் தாங்கள் செய்துவரும் வழிபாடு, விழா முதலியவற்றை முந்-தையோர் முறைப்படி செய்து வந்தனர். இவை நூல் முறையாலும் சான்-றோர் நெறியாலும் வழிவழி வருவனவாகும். இவற்றை அறிந்த முதி-யோர் பின்னவர்களுக்கு வழிகாட்டுதலின்படி பின்பற்றப்படுபவையாகும். வெறியாட்டு, விழா எடுத்தல் முதலிய தெய்வ வழிபாடுகளில் அவற்றைச் செய்வதற்குரிய வேலன், அந்தணர் முதலியோர் அவற்றை நிகழ்த்துவிக்-கின்றனர்.

பண்டைத் தமிழரின் வரலாற்றை அறிய நமக்கு இன்று கிடைத்துள்-ளச் சிறந்த கருவி சங்க இலக்கியங்கள் என்று போற்றப்படும் பத்துப்பாட்-டும் எட்டுத்தொகையும் ஆகும். அவை நம் முன்னோர்களின் இயற்கை-யோடு இயைந்த வாழ்க்கை அனுபவங்களை அறிந்துகொள்ள துணை புரியும்.

சங்க இலக்கியங்களில் எட்டுத்தொகையுள் அகப்பாடல்களாக அமைந்து நானூறு பாடல்களாலாகி நல்லக் குறுந்தொகை என்று அடைமொழி; பெற்று வழங்கப்பெறுவது குறுந்தொகையாகும். அடி வரையறையில் (4 - 8) குறுகியதால் இவ்விலக்கியம் இப்பெயர் பெற்றது என்பர். சான்றோர்களால் இலக்கிய, இலக்கணங்களில் அதிக அளவில் சான்றுகள் காட்டப்பட்டிருப்பதும் இவ்விலக்கியமே. இச்சிறப்புகள் பொருந்திய குறுந்தொகையில், மானுடவியல் கூறுகளில் ஒன்றான வழிபாட்டு முறைகளை எடுத்தியம்புவதை நோக்கமாகக் கருதுகிறார் ஆய்வாளர்.

முருகன்

சங்கப்பாடல்களில் அதிகம் பேசப்பட்டிருக்கும் தெய்வங்களாக முருகனும், திருமாலும் காணப்படுகிறார்கள். சிறப்பாகத் தனிப்பாடல்களாக பாராட்டப்பெற்றிருப்பவரும் முருகனும் மாலுமே.

"மாயோன் மேய காடுஉரை உலகமும்

சேயோன் மேய மைவரை உலகமும்" (தொல். பொருள். அகத். 5)

எனத் தொல்காப்பியரும் அவ்விருவரையே முதன்மையாகக் கொண்டிருக்கிறார். இவ்விரு கடவுளரையும் வாழ்த்தி வணங்கும் பாடல்களாகவே பரிபாடல் தொகுதி உள்ளது. இப்பொழுது நமக்குக் கிடைத்துள்ள 22 பாடல்களில் முருகனுக்கு எட்டும் திருமாலுக்கு ஆறு பாடல்களாக அமைந்துள்ளது. அவற்றுள் அதிகமாக சிறப்பிக்கப்பட்டுள்ளதும் முருகனே.

குறுந்தொகையின் கடவுள் வாழ்த்துப் பாடலாக அமைந்துள்ளதும் பாரதம் பாடிய பெருந்தேவனாரின் முருகனைப் பற்றிய பாடலேயாகும்.

"தாமரை புரையும் காமர் சேவடி,

பவழத்து அன்ன மேனித் திகழ் ஒளிக்

குன்றி ஏய்க்கும் உடுக்கை, குன்றின்

நெஞ்சுபக எறிந்த அம்சுடர் நெடுவேல்

சேவல்அம்ட கொடியோன் காப்ப

ஏம வைகல் எய்தின்றால் உலகே." (குறுந் - கடவுள் வாழ்த்து)

எனவரும் குறுந்தொகை கடவுள் வாழ்த்துப் பாடல், முருகன் காத்து வருதலால்தான் இவ்வுலகம் இன்பமயமான நாள்களைப் பெற்று விளங்கியமையைத் தெரிவிக்கிறது.

முருகப்பெருமான் கன்னி மகளிரைத் தீண்டி வருத்துபவன் என்றும், அந்த அல்லல் தீர அப்பெருமானுக்கு வெறியாட்டு எடுத்து வழிபாடு செய்ய வேண்டும் என்றும் சங்ககால மக்கள் கருதினர்.

"முருகு அயர்ந்து வந்த முதுவாய் வேல!
சிறுமணி கொண்று, இவன் நறுநுதல் நீவி
வணங்கினை கொடுத்தி ஆயின்" (குறுந். 362:1-5)
"சேய் குன்றம்"(குறுந். 1:3)

என்று முருகப்பெருமானை மலையோடு பிணைத்துக் கூறுதலும் உணரத்தக்கது.

கொற்றவை

இத்தெய்வம் அனைவரையும் பயமுறுத்தும் வகையில் கையில் சூலத்தையும், கழுத்தில் மண்டை ஓடுகளையும், காலால் அசுரர்களை மதித்துக்கொண்டும் இருப்பதாக காட்சியளிப்பவள் என்று சித்தரிக்கப்படு-கிறது. கையில் சூலத்தையுடையவள் என்பதால் பார்ப்பவருக்கு கொள்-ளும் அச்சத்தை உடையவள் என்பது புலனாகிறது.

"விடர்முகை அடுக்கத்து விறல்கெழு சூலி" (குறுந். 218:1)

என இவளை அழைத்தலிவே இவள் தன் கரத்தில் சூலப் படை-யுடன் விளங்குகின்ற காட்சி காணமுடிகிறது. 'விறல்கெழு' என்னும் அடைமொழியால் இவள் வெற்றி மடந்தையாவாள் என்பதும் தெளிவு. இவள் வென்ற பெரும்போர் மகிடாசூரனை வதைத்ததேயாகும் என்பர். 'வெல்போர் கொற்றவை' என்பது மகிடளைச் செற்றதனை என்று எழு-துகின்றார் நச்சினார்க்கினியர்.

"விடர்முகை அடுக்கத்து விறல்கெழு சூலிக்குக்
கடனும் பூணாம், கைந்நூல் யாவாம்" (குறுந். 218:1-2)

என வரும் குறுந்தொகை அடிகளில் கொற்றவையைத் தொழுது அவளுக்குப் பலிக்கடன் செலுத்துவர் மறவர் முதலியோர். தம் கையில் காப்பாக நூல் கட்டிக்கொள்ளுதலும் உண்டு.

பாவை நோன்பு

பாவை என்பது சிறு பெண்களின் விளையாட்டுக்குரிய பொம்மை-யைக் குறிக்கும் பாவையும் பந்தும் அவர்களின் விளையாட்டுப் பொருட்-களில் முக்கியமானவை.

"செய்வுறு பாவை அன்ன என் மெய்" (குறுந். 198:6-7)

என்னும் அடிகளில் வினைஞர்களால் அழகுற இயற்றப்படுவது பாவை என்பது தெளிவாகிறது. விளக்கினை ஏந்தி நிற்கும் முறையில் பாவையை அமைத்து மாடங்களில் வைத்து விளக்கேற்றுவதால் பாவை நோன்பு எனப்படுகிறது.

கொல்லிப்பாவை

பாவைத் தெய்வங்களிலே கொல்லிப்பாவை என்பது புலவர் பலராலும் போற்றி உரைக்கப்பட்டுள்ளது. "இது சேர மன்னனுக்குரிய கொல்லி மலையின் மேற்புறத்தில் அமைந்திருந்ததாகும். இம்மலை முதலில் வல்-வில் ஓரிக்கும் பின் சேரமானுக்கும் உரிமைப்பட்டிருந்ததாகத் தெரியவரு-கிறது" என்கிறார் மு. சண்முகம் பிள்ளை. இதனை,

"வல்வில் ஓரிக் கொல்லிக் குடவரைப்

பாவையின் மடவந்தனளே" (குறுந். 100:5-6)

என்ற அடிகள் உணர்த்துகிறது.

இம்மலை மிகுந்த அச்சம் தருவதாகும். இங்கே உள்ள பாவைத் திருவுருவம் தெய்வத்தால் எழுதிவைக்கப்பட்டது. மிக்க அழகு வாய்ந்தது. மகளிரின் அழகுக்கு இப்பாவையை ஒப்புக் கூறுவது புலவர் மரபு.

"பெரும்பூண் பொறையின் பேஎம்முதிர் கொல்லி

கருங்கட் தெய்வம் குடவரை எழுதிய

நல் இயல் பாவை அன்ன இம்

மெல் இயல் குறுமகள்" (குறுந். 89:4-7)

இவ்வடிகளில் பூதம் என்னும் தெய்வத்தால் எழுதி அமைக்கப்பட்டது பாவை என்பதால் இதற்கு எவ்வகை இடையூறும் ஏற்படுவதில்லை என்-பது பெறப்படுகிறது.

இயற்கை வழிபாடு

மனிதன் நிலம், நீர், காற்று, ஆகாயம், தீ ஆகிய ஐம்பெரும் பூதங்-களின் சீற்றங்களுக்கு ஆளானான். அவற்றின் மீது பயமும் ஏற்பட்-டது என்றாலும் இயற்கை மனிதனுக்காகப் படைக்கப்பட்டது என்பதை-யும் உணர்ந்தான். ஆகவே தனக்கு நன்மைகள் உருவாகவும் இயற்கைச் சீற்றங்களாகிய தீமைகளிலிருந்து தம்மைக் காத்துக்கொள்ளவும் இயற்-கையை வழிபட ஆரம்பித்தான்.

சூரியன் மறையும் வேளையில் மங்கையர் வீட்டில் விளக்கேற்றி வழி-படும் வழக்கமும், பிறை தொழும் வழக்கமும் சங்ககாலத்தில் காணப்படும்

பெருவழக்காகும் என்பதைக் குறுந்தொகை வழி அறியமுடிகிறது.

ஞாயிறு போற்றுதல்

பகல் பொழுதில் ஒளிதரும் சூரியனைச் சங்ககால மக்கள், 'ஞாயிறு' (குறுந். 315:3) என்னும் சொல்லால் அழைத்தனர். ஞாயிற்றின் இயல்பு பற்றி,

"ஒழுகுவெள் அருவி ஓங்கு மலை நாடன்

ஞாயிறு அனையன் - தோழி!

நெருஞ்சி அனைய என் பெரும்பணைத் தோளே!" (குறுந். 218:1-2)

என்ற அடிகள் மூலம் நெருஞ்சிப்பூவின் இயல்பு விளங்கும். இங்-கெல்லாம் நெருஞ்சி சூரியனை எதிர்நோக்கும் தன்மை ஒப்பிடப்படுகிறது. உலகிற்கு பலவகைச் செல்வங்கள் பாலிப்பது ஞாயிறே. உலகிற்கு ஒளி-தந்து, ஒவ்வொரு பொருளுக்கும் ஊக்கம் தந்து அவற்றை இயங்கச் செய்வது ஞாயிறாகும்.

திங்களைப் போற்றுதல்

பகல் பொழுதில் ஒளிதரும் ஞாயிற்றைப்போல இரவுப் பொழுதில் ஒளிதருவது திங்கள். அமாவாசை அன்று திங்களில் உருவம் முற்றும் மாய்ந்துவிடுகிறது. அந்நாளின் அடுத்தநாள் தொடங்கி பிறை பிறந்து வளர்ந்து வருகின்றது. மூன்றாம் நாளில் தோன்றும் பிறையைத், 'தொழு-துகாண் பிறை' (குறுந். 178:5) என்று உரைக்கிறார் ஒரு புலவர்.

"வளை உடைத்தனையதுஆகி, பலர் தொடி,

செவ்வாய் வானத்து ஐயெனத் தோன்றி

இன்னாப் பிறந்தன்று பிறையே" (குறுந். 307:1-3)

என்றும் உரைக்கிறார் ஒரு புலவர். பிறையைத் தொழுது வணங்கும் மரபு அந்நாள் வழக்கில் மட்டுமல்லாது இந்நாளிலும் இருந்து வருகின்-றது என்பது குறிப்பிடத்தகுந்ததாகும்.

பாம்பு சேர் மதி (கிரகணம்)

மதியைப் பாம்பு பற்றுதல் பற்றிய செய்தி குறுந்தொகையில் ஆங்-காங்கு உவமையாக எடுத்துக்காட்டப்பட்டுள்ளது. பாம்பினால் பற்றப்படும் கிரகண காலச் சந்திரனை, 'அரவு நூங்குமதி' என்று குறிப்பிடப்படுகிறது.

"அரவு நூங்கு மதியிற்கு இவனோர் போலக்

கணையற் ஆயினும் கண் இனிது படஇயர்" (குறுந். 395:4-5)

இவ்வடிகளில் கிரகண காலத்தில் பூவுலக மக்கள் மேற்கொள்ளும் ஒழுகலாறுகளை உணரமுடிகிறது.

வருத்தும் தெய்வம்

மலை, மரம், நீர் ஆகியவற்றில் உறையும் தெய்வங்களில் பெரும்-பாலானவை வருத்தும் தெய்வங்களே ஆகும். அச்சமும் வருத்தமும் விளைவிக்கும் காரணத்தால் இத்தெய்வங்களை 'அணங்கு' என்றும் 'சூர்' என்றும் குறிப்பிடுகின்றனர்.

"சூரர மகளிரோடு ஒற்ற சூளே' (குறுந். 218:1-2)

எனத் தலைவன் ஒருவன் தலைவி ஒருத்தியின் முன்கைகளைப் பற்றி சூரர மகளிரின் மேல் ஆணையிட்டு உரைத்த உறுதிமொழிகள் எடுத்துக்காட்டப்படுகின்றது.

"சூர் நசைந்தனையையாய் நடுங்கல் கண்டே" (குறுந். 218:1-2)

என்னும் அடிகளில் சூரியனால் விரும்பிப் பற்றப்பட்டார் நடுக்கம் அடைதலைத் தெரிவிக்கிறது குறுந்தொகை. தெய்வத்திற்கு உரிய பொரு-ளைத் தீண்டியவரும் இவ்வகை நடுக்கத்திற்கு உள்ளாயினர். கடவுளுக்-கெனப் பலியாக இடப்பட்ட திணைக்கதிரைத் தெரியாமல் உண்ட மயில் வெறியாடும் மகனைப்போல நடுங்குகின்ற காட்சியை பினவரும் பாடலில் காணமுடிகிறது.

"புனைவன் துடவைப் பொன்போல் சிறுதினைக்
கடிஉண் கடவுட்கு இட்ட செழுங்குரல்
அறியாது உண்ட மஞ்ஞை ஆடுமகள்
வெறிஉறு வனப்பின் வெய்துற்று நடுங்கும்
சூர் மலை நாடன்" (குறுந். 105:1-5)
விசும்பு வீழ் கொள்ளி (எரி நட்சத்திரம்)

உலகிற்கு பாதகமாக இந்த எரிவீழ் கொள்ளி வீழ்தலைக் கருதுவர். ஒரு தலைவன் ஏறிச் சென்ற தேர்ச்சக்கரம் பசும்பயிர்களை அழித்து செல்லும் செயலுக்கு இவ்விசும்பு வீழ் கொள்ளியினால் நிகழும் அழி-வுக்கு ஒப்புமையாகக் கூறப்பட்டுள்ளது.

"குன்று இழி அருவியின் வென் தேர் முடுக,
இளம் பிறை அன்ன விளங்குசுடர் நேமி
விசும்பு வீழ் கொள்ளியின் பைம்பயிர் துமிப்ப" (குறுந். 189:2-4)

என்னும் அடிகள் விசும்பு வீழ் கொள்ளியின் பாதகத்தை உணர்த்து-
கிறது.

பேய், பிசாசு, பூதம்

கவர்த்த வழிகளில் பேய் பிடித்தாருக்காக சாந்தி வழிபாடு இயற்றுத-
லைப் பின்வரும் குறுந்தொகைப் பாடல் அறிவிக்கின்றது.

"மறிக்குரல் அறுத்து, தினை பரப்பு இறீது

....

வேற்று பெருந் தெய்வம் பலஉடன் வாழ்த்தி" (குறுந். 263:1-4)

வளப்பம் மிக்க ஊர்களில் தமக்கு இடப்படும் பலியை உண்ணும்
பொருட்டுத் தான் வாழும் வாழிடத்தை மோதிப் புடைத்துக் கொண்டு
பேய்கள் எழுந்து வருமாம்.

பேயின் பற்களை ஒத்துள்ளன யானையின் கால் நகங்கள் (குறுந். 180:1)

கா, மரங்களில் வாழும் தெய்வம்

ஆல், மா ஆகிய மரங்களில் தெய்வங்கள் வாழுவதாக கூறுகிறது
குறுந்தொகை.

"மன்ற மராஅத்த பேஎம் முதிர் கடவுள்" (குறுந். 87:1)

மரங்களில் உறையும் கடவுள் பிறர்க்கு அச்சம் செய்வதில் முதிர்ந்த
இயல்புடையதாம்.

மாமரம் (குறுந். 87:1)

ஆலமரம் (குறுந். 15:1-2)

இம்மரங்களில் உறையும் தெய்வங்களுக்கு மகிழ்ச்சி உண்டாக
வேண்டி நெடிய மாலைகளை அம்மரக் கொம்புகளில் தொங்கவிடுவர்
என்றும் தெரியவருகிறது.

மன்றம்

ஊர்க்கு நடுவாய் எல்லோரும் வந்து கூடியிருக்கும் மரத்தடியே மன்-
றம் எனப்படும். மன்றத்தில் கட்டடம் எதுவும் இன்றி திறந்த வெளியாக
இருக்கும். அந்தந்த ஊர்களில் எல்லோரும் கூடும் நிலையில் வளர்ந்தி-
ருந்த மரங்களில் ஏதோ ஒன்றின் அடியாக மன்றம் காணப்படும்.

"மன்ற மராஅத்த பேஎம் முதிர் கடவுள்" (குறுந். 87:1)

என்னும் அடி மன்றத்தில் உறையும் தெய்வ நிலையைக் குறிக்கிறது.
நற்றிணையி;ல் ஒருபாடல் (நற.303:1-5) நெய்தல் நிலத்தில் பனைமரத்-

தடியே மன்றமாக குறிப்பிடுகிறது.

யமன் (குறுந். 283:5)

இந்திரனை விடவும் அதிகான அளவில் சங்கப்பாடல்களில் கூறப்-
பட்டிருக்கிறான்.

5

குறுந்தொகையில் புன்செய் வேளாண்மை

சங்ககாலம் இயற்கையோடு இயைந்த வாழ்வையும் இயற்கையைப் பொருளாதாரப் பெருக்கத்திற்கு ஏற்ப மாற்றியமைத்த முயற்சிகளையும் அடிப்படையாகக் கொண்டமைந்த காலம். இயற்கை விளைபொருட்-களாய்க் கிடைத்த பலா, வள்ளிக் கிழங்கு, தேன், மூங்கில் நெல், போன்றவற்றைப் பயன்படுத்திக்கொண்டவர்கள் வேளாண்மையின் மூலம் திணை, வரகு, கொள், அவரை, நெல், கரும்பு, பயறுகள் போன்றவற்றை உற்பத்தி செய்யவும் கற்றுக்கொண்டனர். இவ்விரண்டுக்குமே நிலம் அடிப்படையானது. இந்நிலம் நன்செய், புன்செய் எனப் பாகுபடுத்தப்பட்-டுள்ளது. இந்நிலையில் புன்செய் வேளாண்மையும், நன்செய் வேளாண்-மையும் திணைச் சமுதாயங்களின் இருவேறு செயற்பாடுகளாய் இருந்-துள்ளன. அவற்றுள் குறுந்தொகையில் காணப்படும் புன்செய் வேளாண்-மையைப் புலப்படுத்தும் நோக்கில் இக்கட்டுரை அமைகிறது.

குறிஞ்சி, முல்லை ஆகிய இரு திணைகளிலும் புன்செய் வேளாண்-மையே அடிப்படையாகும். குறிஞ்சித் திணையில் மாந்தர்களின் முக்கியத் தொழில் மலை வேளாண்மை என்னும் புன்செய் வேளாண்மையாகும். இவ்வேளாண்மையை விலங்குகளிலிருந்து பாதுகாப்பதற்காகத் தமது பூர்-வீகமான தொழிலாகிய வேட்டையாடுதலைக் கானவர்கள் மேற்கொண்-

டனர். வில் (குறுந்.272), கவண் (குறுந்.54, 388) ஆகிய கருவிகளைப் பயன்படுத்தி யானை, காட்டுப் பன்றி, மான், காட்டுப்பசு, முயல், பறவைகள் போன்ற விலங்குகளை வேட்டையாடிக் கவர்ந்தார்கள். இவ்-வாறு வேட்டையாடிய விலங்குகளைத் தமது உணவிற்காகப் பயன்-படுத்திக்கொண்டார்கள். பொதுவாக இவர்களது வேட்டைத் தொழில் மலை விவசாயத்தைக் காக்கின்ற தொழிலாகவும், மழையின்றி விவசாயத் தொழில் சிறப்பாக நடைபெறாத பொழுதுகளில் உணவு சேகரிக்கும் துணைத் தொழிலாகவும் காணப்பட்டது.

புன்செய் வேளாண்மை குறிஞ்சி, முல்லை எனும் இரு திணைகளி-லும் முக்கிய வேளாண்மையாக இருந்துள்ளது. புது வருவாயுடைய பாரி-யின் பறம்பு மலையில்,

> கார்ப்பெயற் கலித்த பெரும்பாட் டிரத்துப்
> பூழி மயங்கப் பலவுழுது வித்திப்
> பல்லி யாடிய பல்கிளைச் செவ்வி (புறம்.120)

எனத் திட்டமிட்டுச் செய்யப்பட்ட புன்செய் வேளாண்மையின் சிறப்பு தெரியவருகின்றது. குறுந்தொகையில் புன்செய் வேளாண்மை குறித்து நிலத்தைச் செம்மை செய்த விதம், பயிர் செய்த முறை, களையெடுத்தல், தினைபுனத்;தைக் காவல் காத்தல், அறுவடை, பயிர்கள் என்னும் வகை-யில் அறியமுடிகின்றது.

காட்டெரிப்பு வேளாண்மை

குறிஞ்சி நிலக் குறவர்கள் கற்கள் மிகுந்து காணப்படும் மலைச் சார-லில் உள்ள அகில், சந்தனம், வேங்கை மரங்களை வெட்டி நெருப்பு மூட்டி சாம்பலாக்கிப் புனங்களை உண்டாக்கி வேளாண்மை செய்தனர். இது காட்டெரிப்பு வேளாண்மை எனப்படும். இக்காட்டெரிப்பு வேளாண்-மையைப் பற்றி,

> சுடுபுன மருங்கிற் கலித்த வேனல் (குறுந்.291)

என்னும் குறுந்தொகைப் பாடலடி தெரிவிக்கின்றது. யாமரங்களை வெட்டி நெருப்பால் சுட்டு உருவாக்கிய புனத்தில் கரும்பினைப் போன்ற காம்பை உடைய செந்தினை வளர்ந்துள்ளது என்பதை,

> யாஅங் கொன்ற மரஞ்சுட் டியவிற்
> கரும்புமருண் முதல் பைந்தாட் செந்தினை (குறுந்.198)

என்னும் அடிகள் உரைக்கின்றன. மலைச் சாரலில் உள்ள செடி கொடிகளைப் பறித்துக் கொளுத்தினார்கள். இப்படிப்பட்ட நிலங்களில்

பெருமழை பெய்ததும் அங்குள்ள கீழ்மண் மேலும், மேல்மண் கீழாகவும் புரளும்படி நன்றாக உழுதார்கள் என்பதைக் குறுந்தொகைப் பாடலடிக-ளால் அறியமுடிகின்றது. நிலத்தை உழுவதற்கேற்ப நிலத்தை நீரால் பக்-குவப்படுத்த வேண்டும் என்பதை,

> .... நம் படப்பை
> நீர்வார் பைம்புதற் கலித்த (குறுந்.98)

என்னும் குறுந்தொகையடிகள் உரைக்கின்றன. பின்னர் அந்நிலங்க-ளைச் செம்மையாக உழுது விதைவிதைத்ததைப் பற்றி,

> முதைப்புனங் கொன்ற வார்கலி யுழவர்
> விதைக்குறு வட்டி போதொடு பொதுள (குறுந்.155)

என்னும் அடிகள் குறிப்பிடுகின்றன. நிலத்தினைச் செம்மையாக உழுதனர் என்பதனை,

> வெப்புள் விளைந்த வேங்கைச் செஞ்சுவல்
> ....
> பல்லி ஆடிய பல்கிளைச் செவ்வி (புறம்.120)

என்னும் புறநானூற்று அடிகள் விளக்குகின்றன. இவ்வாறு உழப்பட்ட நிலத்தில் குறவர்கள் எரு இடுவர் (நற்.121).

பயிர் செய்த முறை

பயிர்த்தொழிலுக்குப் பருவம் பார்த்துப் பயிர் செய்தல் என்பது மிகவும் இன்றியமையாதது. குறிஞ்சி நில மக்கள் நீர்வளத்தையும் மலை வளத்-தையும் பயன்படுத்தி விவசாயம் செய்யக் கற்றுக்கொண்டனர். அம்மக்கள் நிலங்களை உழுது தினை, ஐவனம், வரகு, அவரை, எள் போன்-றவற்றை விளைவித்து, அறுவடை செய்து அவற்றை முறையாகச் சமைத்து உண்ணக் கற்றுக்கொண்டனர்.

களையெடுத்தல்

கானவர்கள் வயலில் வளரும் களைகளைக் கையால் பிடுங்கி எறிந்-தனர். ஈரமின்றிக் காய்ந்துவிட்ட களைகளைத் துளர் என்ற கருவியால் களைந்தனர் என்பதனை,

> துளரெறி நுண்டுகட் களைஞர் (குறுந்.100)

என்னும் குறுந்தொகை அடி சுட்டுகின்றது. பயிர்களுக்கிடையில் விளைந்த மலை மல்லிகை, கற்றாழை முதலிய களைகளையும் சங்ககால மக்கள் களையாக எடுத்தார்கள் என்பதை,

> அருவிப் பரப்பி னைவனம் வித்தி

பருவிலைக் குளவியொடு பசுமரல் கடக்கும் (குறுந்.100)

என்னும் அடிகள் விளக்குகின்றன. தினைப்பயிர்கள் வளர்ந்த பின் மழைத்தூரல் விழும்போது நிலம் ஈரம்படும். அதன் பின்னர் களையெ-டுத்தார்கள். அவ்வாறு களையெடுக்கும்போது பாம்பு முதலிய உயிரினங்-களால் தீங்கு ஏற்படாமலிருக்க பறை அறைந்தார்கள்.

தினைப்புனக் காவல்

கானக் குறவர்கள் தானியங்கள் பலவற்றைக் காடுகளைச் சீர்படுத்தி நன்றாக உழுது விளைவித்திருந்தாலும் அவற்றிற்குப் பல்வேறு விதத்-திலும் சேதம் ஏற்பட்டது. நன்கு செழித்து வளர்ந்த பயிர்களை மான், குரங்கு போன்ற விலங்குகள் மேய்ந்தும், கிளி, குருவி போன்ற பறவை-கள் முற்றிய தானியங்களைக் கொய்தும், இரவில் தினைப் புனத்தை யானை, பன்றி போன்ற பெரிய விலங்கினங்கள் அழித்தும் பல்வேறு சேதங்களை உண்டாக்கின. இவற்றைத் தடுப்பதற்காகவே இரவிலும் பகலிலும் கானவர்கள் தினைப்புனக் காவல் தொழிலை மேற்கொண்டார்-கள். அதனை,

பொறிமயி ரெருத்தின் குறுநடைப் பேடை
பொறிகாற் கள்ளி விரிகாய் (குறுந்.154)
இருங்கல் வியலரைச் செந்தினைப் பரப்பிச்

....

பைங்கால் மந்தி பார்ப்பொடு கவரும் (குறுந்.335)
நவ்வி நாண்மறி கவ்விக் கடன்கழிக்கும்
காரெதிர் தண்புனங் காணிற் கைவளை (குறுந்.28)
யாஅங் கொன்ற மரஞ்சுவட் டியவிற்
கரும்புமருண் முதல பைந்தாட் செந்தினை
மடப்பிடித் தடக்கை யன்ன பால்வார்பு
கரிக்குறட் டிறைஞ்சிய சேறிகோட் பைங்குரற்
படுகிளி கடிகஞ் சேறு மடுபோர் (குறுந்.198)
புனவன் துடவை பொன்போற் சிறுதினை
கிளிகுறைத் துண்ட கூழை யிருவி (குறுந்.133)
பிடிக்கை யன்ன பெருங்குர வேனல்
உண்கிளி கடியுங் கொடிச்சிகைக் குளிரே (குறுந்.360)
பரீஇ வித்திய வேனல்
கரீஇ யோப்புலாள் பெருமழைக் கண்ணே (குறுந்.72)

என்னும் பாடல்களும், மேலும் சில குறுந்தொகைப் பாடல்களும் (141, 142, 217, 291, 333, 346) பறைசாற்றுகின்றன. இப்பாடல்களில் பெரும்பான்மையான பாடல்கள் கிளியோப்புதலையே மையமாகக்கொண்டது என்பது குறிப்பிடத் தகுந்தது. இவர்கள் தங்கள் நிலங்களிலோ அல்லது மரங்களிலோ உயரமான அளவில் பரண்களை அமைத்துக் காவல் செய்தனர்.

அறுவடை

கானவர் வேங்கை மரம் பூக்கின்ற காலமே அறுவடை செய்யும் பருவம் என்றெண்ணி அறுவடை செய்தனர் என்பதை,

தோடலைக் கொண்டன ஏனல் என்று

....

நன்னாள் வேங்கையு மலர்மா இனியென (நற்.206)

என்கிறது நற்றிணை. முற்றிய திணைப் பயிர்கள் பகலில் மட்டுமல்லாது இரவிலும் அறுவடை செய்யப்பட்டது என்கிறது குறுந்தொகை. இரவில் அறுவடை செய்யும்போது விலங்குகளிடமிருந்து தம்மைப் பாதுகாக்கத் தொண்டகப் பறையினை முழக்கினார்கள் என்பதை,

சிறுதினை வளைந்த வியனக ணிரும்புனத்
திரவரி வாரிற் தொண்டகச் சிறுபறை
பானாள் யாமத்தும் கறங்கும் (குறுந்.375)

என்னும் பாடலடிகள் உரைக்கின்றன. அறுவடை செய்த திணைகளைப் பாறைகள் மீது பரப்பி காயவைத்தார்கள். அப்போது அத்தினையை விலங்கினங்களிடமிருந்து பாதுகாக்கக் காவல் இருந்தனர் என்பதை,

நிரைவளை முன்கை நேரிழை மகளிர்
இருங்கல் வியலறைச் செந்தினை பரப்பி (குறுந்.335)

என்னும் குறுந்தொகைப் பாடல் சுட்டுகின்றது.

கார்கால மழையை அடிப்படையாகக்கொண்டு இவ்வேளாண்மை செய்யப்பட்டுள்ளது. புழுதி கலக்கும்படிப் பலமுறை உழுத உழவும் களை களையப்பட்ட முறையும் செழிப்பாய்ப் பயிர் விளைந்த முறையும் இப்பாடல்களில் காட்டப்பட்டுள்ளன. இவ்வேளாண்மையில் பயிரிடப்படும் தானியங்கள் பற்றி விளக்கப்படுகின்றன. புன்செய் வேளாண்மைத் தானியங்களாக வரகு, ஐவனம் ஆகியவையே குறுந்தொகையில் அதிகம் பேசப்படுகின்றன.

வரகு

வரகு என்பது சங்க இலக்கியங்களில் முப்பத்தியொரிடங்களில் வந்-
துள்ளதாகக் குறிப்பிடுகிறார் பெ. மாதையன் (பெ. மாதையன், சங்க
இலக்கியத்தில் வேளாண் சமுதாயம், ப.22). இது பெரும்பாலும் முல்லை
நில விளைபொருளாகவே வந்துள்ளது. வரகு என்பது மழைக் காலங்-
களில் வளரும் இயல்புடையது. செம்மண்ணையுடைய மேட்டு நிலத்தில்
நன்கு வளரும் இயல்புடையது வரகு என்பதனை,

செவ்விகொள் வரகின் செஞ்சுவற் கலித்த

கௌவை நாற்றின் காரிரு ளோரிலை (குறுந்.282)

குறுந்தொகை அடிகள் உரைக்கின்றன. வரகு கார் காலத்தில்
விளையக் கூடியது என்பதைப்,

பழமழைக் கலித்த புதுப்புன வரகின் (குறுந்.220)

குறுந்தொகையடி சுட்டுகின்றது.

ஐவனம்

ஐவனம் என்பது மலைப்பகுதியில் விளையும் மலை நெல்லாகும்.
சங்ககாலக் குறிஞ்சித் திணை மக்கள் இதனைச் சமைத்து உணவாகக்
கொண்டனர். அருவிகள் பாயும் பரந்த நிலங்களில் உள்ள மரங்களை
வெட்டி, தீயினால் எரித்து, உழுது அந்நிலத்தில் ஐவனத்தை விதைப்பர்.
மலை நெல் விளைவதற்கு நீர் இன்றியமையாததாக இருந்தது. ஆகை-
யால் நீர் வளம் நிறைந்த அருவிப் பரப்பில் மட்டுமே ஐவனத்தை
விதைத்தனர் என்பதை,

அருவிப் பரப்பி னைவனம் வித்திப்

பருவிலைக் குளவியொடு பசுமரல் கட்கும் (குறுந்.100)

மைபடு சிலம்பி னைவனம் வித்தி

அருவியின் விளைக்கு நாடன் (குறுந்.371)

என்னும் பாடலடிகள் மெய்ப்பிக்கின்றன. அவற்றில் களை அதிகம்
முளைக்கும் என்பதும் உணரப்படுகின்றன.

அவரை

புன்செய் நிலங்களில் அவரை விளைத்தமையைப் பின்வரும் குறுந்-
தொகைப் பாடல்கள் சுட்டுகின்றன.

பெரும்புனக் குறவன் சிறுதினை மறுகாற்

கொழுங்கொடி யவரை பூக்கும் (குறுந்.82)

பனிப்புத லிவர்ந்த பைங்கொடி யவரை (குறுந்.240)

வாழை

வாழைத் தோட்டத்தைச் சோலை (உ.வே.சா., குறுந்தொகை மூல-மும் உரையும், ப.563) என்கிறார் உ.வே.சா. மலைப்பகுதியில் விளையும் வாழையை மலைவாழை என்னும் வழக்கம் இன்றும் காணப்படுகின்றது. புன்செய் வேளாண்மையில் வாழையை விளைவித்தனர் என்பதை,

சோலை வாழைச் சுரிநுகும் பினைய (குறுந்.308)

வாழைத்தத் தனையாற் சிலம்புபுல் லெனவே (குறுந்.327)

என்னும் குறுந்தொகைப் பாடல்கள் சுட்டுகின்றன.

உழுந்து

சங்ககாலத்தில் புன்செய் வேளாண்மையில் உழுந்தும் விளைவிக்கப்-பட்டது. உழுந்தினைப் பயிர் செய்து அதனைக் காயவைத்து அதன் தோலை நீக்குவதற்கு தடியைக் கொண்டு அடிப்பர். பின்னர் அதனை உணவுக்குப் பயன்படுத்துவர். இதனை,

உழுந்துடைக் கழுந்திற் கரும்புடைப் பணைத்தோள் (குறுந்.384)

என்னும் அடி விளக்குகின்றது.

எள்

எள் என்பது வறட்சியான இடங்களிலும் வளரும் தன்மையுடைய தானியமாகும். இது நீர் அதிக அளவில் இருந்தால் அழுகிவிடும் இயல்-புடையது. இதனை,

பழமழை பொழிந்தெனப் பதனழிந் துருகிய

சிதட்டுக்கா யெண்ணின் சில்பெயற் கடைநாள் (குறுந்.261)

என்னும் குறுந்தொகை அடிகள் சுட்டுகின்றன.

குறிஞ்சி நில மக்களும் முல்லை நில மக்களும் தமக்குத் தேவையான உணவைத் தாங்களே மலைப் பகுதியில், மேட்டு நிலங்களில் பயிர் செய்து கொண்டனர். கரடுமுரடாக இருந்த நிலங்களைச் சீர்படுத்தி நிலத்தை உழுதனர். அதில் தானியங்களையும், நெல்லையும் பயிர் செய்-தனர் அவற்றை உரிய காலத்தில் அறுவடை செய்து தம் சுற்றத்தோடு பகிர்ந்து உண்டு வாழ்ந்தனர்.

இவ்வாறு மழையை மட்டுமே நம்பியிருந்த, நீர் வளம் குறைந்த புன்-செய் வேளாண்மை போதுமான விளைச்சலைத் தரவில்லை என்பதை-யும் தமக்குத் தேவையான உணவினைப் பெறுவதற்குத் தம்மிடம் உள்ள பொருள்களை விற்றனர் என்பதனையும் பின்வரும் பாடலடிகள் சுட்டு-கின்றன.

காந்தள் வேலிச் சிறுகுடிப் பசப்பிற்
கடுங்கண் வேழத்துக் கோடுநொடுத் துண்ணும்
வல்வில் லோரி கொல்லிக் குடவரை (குறுந்.100)

அருவிப் பரப்பில் ஐவனம் வித்து உணவாகக் கொள்ளும் கொல்லி மலை மக்கள் உணவின்றி பசித்த பொழுது யானையின் தந்தங்களை விற்று அவ்விலையில் வரும் உணவுப் பொருட்களை உண்ணும் தன்மையுடையவர்கள் என்பதனை இப்பாடல் சுட்டுகின்றது.

சங்ககால வேளாண்மையில் புன்செய் வேளாண்மை, நன்செய் வேளாண்மை என இருவகைப்படுத்தப்பட்டுள்ளன. புன்செய் வேளாண்மையில் குறிஞ்சி நில மக்கள் மரத்தை வெட்டி, அதனை எரித்துச் செய்யும் காட்டெரிப்பு வேளாண்மை வழி நிலத்தைச் செம்மை செய்தனர். பயிர் செய்த விதம், களை பறித்த விதம், தினைப் புனத்தை விலங்கு, பறவைகளிடமிருந்து காத்து அறுவடை செய்த விதம் சிறப்புக்குரியது. குறிஞ்சி, முல்லை நிலப் புன்செய் வேளாண்மையில் வரகு, ஐவனம், அவரை, வாழை, உழுந்து, எள் ஆகியவற்றை உற்பத்தி செய்து தம்முடைய பொருளாதாரத்தைப் பெருக்கிக்கொண்டனர்.

6

குறுந்தொகையில் இனக்குழுச் சமுதாயம்

இனக்குழு மக்கள் கூட்டு வாழ்க்கை நடத்தினர். கிடைத்ததைப் பகுத்துண்டனர். வேட்டை வாழ்க்கை, விவசாயம் ஆகிய பொருளாதாரங்களை அடிப்படையாகக் கொண்டு இக்கூட்டு வாழ்க்கை அமைந்தது. சங்க காலத்தில் கூட்டு வாழ்க்கையானது பெரும்பான்மை நிலத்தை அடிப்படையாகக் கொண்டே அமைந்தது.

குறிஞ்சித் திணையில் வேட்டைச் சமூகத்தைச் சார்ந்த வேட்டுவர்கள், மலையில் கிடைக்கும் கிழங்குகளைத் தோண்டி எடுத்தலோடு மட்டும் நில்லாமல் விலங்குகளை வேட்டையாடித் தம் கிளைகளோடு உண்டு வந்தனர். முல்லைத் திணையில் பாலை விற்று அதற்குப் பதிலாக உணவுப் பொருட்களைத் தம் கிளைக்கு வாங்கிச் செல்லும் இடையர் கூட்டங்களையும் காணமுடிகிறது. மருத நில மக்கள் சிற்றூர், மூதூர் என்னும் அமைப்பில் கூடி வாழ்ந்தனர். நெய்தல் நில பரதவ மக்கள் கூட்டமாக மீன் பிடிக்கக் கடலுக்குச் செல்வர், பிடித்துவந்த மீன்களைப் பாக்கத்தினருக்குப் பகிர்ந்து கொடுத்து கடலுக்கு அருகிலேயே சேரி வாழ்க்கையை மேற்கொள்ளும் குழுவினர் ஆவர். பாலை நிலத்து ஆரலைக் கள்வர் கூட்டமாகச் சென்று வழிபறி செய்யும் இயல்பினை உடையவர்.

நில அடிப்படை மக்கள்

தமிழகம், ஆங்காங்கு பெற்றிருக்கும் இயற்கை நிலைகளுக்கேற்ப குறிஞ்சி, முல்லை, மருதம், நெய்தல், பாலை என ஐவகையாகப் பகுக்கப்பட்டுள்ளது. மலையும் மலை சார்ந்த இடமும் குறிஞ்சி, காடும் காடு சார்ந்த இடமும் முல்லை, வயலும் வயல் சார்ந்த இடமும் மருதம், கடலும் கடல் சார்ந்த இடமும் நெய்தல், குறிஞ்சியும் முல்லையும் திரிந்த பகுதி பாலை.

தமிழகத்து நிலங்கள் இவ்வாறு ஐந்து வகையாகப் பகுக்கப்பட்டாலும், அவற்றுள் குறிஞ்சி நிலமே முதன் முதலில் தோன்றிய நிலப் பகுதியாகும். கல் தோன்றிய பின்னரே மண் தோன்றும் என்பது நில இயல்பாகும். கல்தோன்றி மண் தோன்றாக் காலம் என்னும் கருத்து ஒப்புநோக்குடையது.

மக்கள் தங்கள் வாழ்வை முதலில் தொடங்கிய இடமும் குறிஞ்சி நிலமே. மக்களுக்குத் தேவையான உணவுப் பொருள்களை உழைப்பினை எதிர் நோக்காமால் தரவல்ல ஆற்றல் அம்மலை நிலம் ஒன்றிற்கே உண்டு. உழைப்பின் தேவை அறியாத கால மக்கள் தமக்கு வேண்டும் உணவினைக் காயாகவும், கனியாகவும், கிழங்காகவும் அளித்த மலை நாட்டில் தம் வாழ்வினை நிகழ்த்தினார்கள்.

குறிஞ்சி நிலத்தில் வாழ்ந்த மக்களுக்குத் தேவையான உணவு கிடைப்பதால் அவர்கள் நாளைக்கு வேண்டும் என்று சேகரித்து வைக்கப் பழகவில்லை. ஆனால், ஆண்டுகள் செல்லச் செல்ல அந்நிலை நீடிக்கவில்லை. மக்கள் தொகை பெருகிக்கொண்டே சென்ற காரணத்தினால் இயற்கை உணவு சிறுகச் சிறுகக் குறைந்துகொண்டே வந்தது. அம்மக்களுள் சிலர் உணவு தேடி அம்மலையகத்தை விட்டுக் கீழிறங்கினர். அவ்வாறு வெளியேறிய மக்கள் காடுகளில் தங்கியும், காடுகளை வயலாக்கியும், கடல் வளங்களைப் பயன்படுத்தும் தன்மையினராயும் மாறினர்.

இந்நால் நில வாழ்க்கையைப் பொருளாதார ஆதாரம் எனும் அடிப்படையில் இரண்டு நிலைகளில் பாகுபடுத்துகிறார் பெ. மாதையன்.

குறிஞ்சி, முல்லை எனும் இரண்டும் இயற்கை விளைபொருட்களுடன் புன்செய் வேளாண்மையை உணவு உற்பத்திக்கான ஆதாரமாகக் கொண்டவை. (பெ. மாதையன், சங்க இலக்கியத்தில் குடும்பம், ப.58) எஞ்சிய இருதிணைகளில் மருதம் வேளாண்மை உற்பத்தியை ஆதாரமாகக் கொண்டது. இது உபரி உற்பத்தியைத் தோற்றுவிப்பது என்பதால்

அது மிகுபொருள் சேமிப்புக்கான அடிப்படை ஆதாரமாக இருந்துள்ளது. (பெ. மாதையன், சங்க இலக்கியத்தில் குடும்பம், ப.59)

நிலத் தலைமை வளர்ச்சி

முதலில் அரசர்கள், குறுநில மன்னர்கள் ஆகியோர் நிலத்தலைவர்-களாக இருந்தனர். பின்னர் வணிகர்களும் நிலத்தலைவர்களாகத் தோன்-றினர். வேளாளர்களிலும் நிலத் தலைவர்கள் தோன்றினர். இதனை,

மெய்தெரி வகையின் எண்வகை உணவின்

செய்தியும் வரையார் அப்பா லான (தொல்.மர.74)

என்னும் தொல்காப்பிய நூற்பா விளம்புகிறது. வணிகர்களும் தொல்-காப்பியர் காலத்தில் நிலக்கிழார்களாக இருந்தனர். இவர்கள் நேரடியாக நிலத்தில் உழுதவர் அல்லர். கூலிக்கு ஆள் வைத்து உழுது தானியம் விளைத்து வந்தனர். வணிகர்க்குரிய அறுவகைத் தொழில்களில் உழவும் ஒன்று என்பது குறிப்பிடத்தக்கது.

வேளாளர்களும் நாளடைவில் நிலக்கிழார்களானார்கள். வேளாளருள் உழுதுண்போர் உழுவித்துண்போர் என்று இரண்டு வகையினராக இருந்-தனர். உழுதுண்போர் நிலத்தில் நேரடியாக உண்பவர். உழுவித்துண்போர் பண்ணையார்கள், பெருநிலக்கிழார்கள் ஆவர்.

குறிஞ்சி நில மக்கள் வேட்டுவர், முல்லை நில மக்கள் ஆயர். இந்த நிலங்களிலே இவர்களை அடக்கி ஆளும் தலைவர்களும் இருந்தனர். இத்தலைவர்கள் குறுநில மன்னர்களாக விளங்கினர். நிலத் தலைவர்க-ளாக வாழ்ந்தனர்.

சங்ககால மக்கள் தமக்குக் கிடைத்தவற்றைத் தம் கிளைகளோடு பகுத்துக் கொண்டனர். பகுத்துண்டு வாழும் இயல்பினராகவே இனக்குழு மக்கள் இருந்தனர். இதனை,"அன்று இனக்குழு வாழ்க்கையும் ஆதிப் பொதுவுடைமை முறையும் இருந்தன" (கா. சுப்பிரமணியன், சங்ககாலச் சமுதாயம், ப.33) என்கிறார் குஞ்குன் பிள்ளை.

நில அடிப்படைக் குழுக்கள் மட்டுமின்றி பாணர், கூத்தர், கொல்லர், தச்சர் போன்ற குடிகளும் சங்க காலத்தில் சேர்ந்து வாழும் அமைப்-புடைய குழுக்களாகத் திகழ்ந்தன. வேளிர், கோசர் போன்ற குடிகள் இனக்குழுக்களாகச் சேர்ந்து வாழ்ந்தமையும் அக்குடிகளில் தலைமைப் பண்பு உடையவன் தலைமை ஏற்றமையும் சங்க காலத்தில் நிலவின.

இனக்குழுவும் தலைவனும்

இனக்குழுத் தலைவன், அக்குழு மக்களைப் போலச் சாதாரண நிலையிலேயே வாழ்ந்தான். அவனுக்கெனத் தனிச் சலுகைகள் கிடையாது. மக்களோடு பங்குகொண்டு, உணவு தேடியும், உணவைப் பங்குவைத்து உண்டும் வாழ்ந்து வந்தான்.

தலைவனும் மக்களும் ஒன்று கூடி வாழ்ந்தமையையே சங்க இலக்கியங்கள் சுட்டுகின்றன. கூட்டு வாழ்க்கையின் மையமாக மன்றம் அமைந்ததாகக் குறுந்தொகை குறிப்பிடுகிறது. இனக்குழு வாழ்க்கையில் மன்றம் முக்கியப் பங்கு வகிக்கிறது.ஊர் மன்றம் என்பது அனைவரும் கூடி முக்கிய நிகழ்வுகளைக் கலந்து பேசி முடிவெடுக்கும் இடமாகக் கருதப்பட்டது. அங்குத் தலைவன் உரையாற்றுவான். விவாதங்களைத் தீர்த்து வைப்பான். இதனை,

தொன்மூ தாலத்துப் பொதியிற் றோன்றிய
நாலூர்க் கோசர் நன்மொழி போல (குறுந்.15)
என்னும் அடிகள் விளக்குகின்றன.

மள்ளர்கள் அனைவரும் ஒன்று கூடி விழாக்காலங்களில் இன்புற்றிருந்தனர். தலைவனும் உடன் இருந்தான் என்பதைப் பின்வரும் அடிகள் உணர்த்துகின்றன.

மள்ளர் குழீஇய விழவி னானும்
மகளிர் தழீஇய துணங்கை யானும்

....

பீடுகெழு குரிசிலுமோ ராடுகள மகனே (குறுந்.31)
நால்வகைத் திணையும் தலைமை வேறுபாடும்

சங்க காலத்தில் வளம் பொருந்திய நிலங்களைத் தமது உடைமையாக்கிக் கொள்ளவேண்டும் என்னும் முனைப்பிலேயே இனக்குழுத் தலைவர்கள் இருந்துள்ளனர். இதனை, இனக்குழுத் தலைவர்களின் ஆட்சிப் பரப்பினைக் கொண்டு அறியமுடிகின்றது.

குறுநில மன்னர்கள் மலைப்பகுதியையும், காட்டினையும் ஆட்சி செய்து வந்தமையும், வேந்தர்கள் மருதம், நெய்தல் நிலப்பகுதிகளை ஆண்டு வந்தமையும் ஒப்பிட்டு உணரத்தக்கது.

குறுநில மன்னர்கள்

சங்ககாலம் தொட்டுப் பல்வேறு அரசர்களும் குறுநில மன்னர்களும் மலைகளைச் சிறந்த இருப்பிடங்களாகக் கொண்டிருந்தனர்.

வேளிர், கோசர், கடையெழு வள்ளல்கள் போன்ற பல்வேறு குடிவழி வந்தவர்களாகத் தமிழகத்தின் பல்வேறு பகுதிகளிலும் இருந்து அரசாண்ட குறுநில மன்னர்கள் பெரும்பாலும் மலையையும் மலை சார்ந்த நிலப்பகுதியையும் ஆண்டவர்களாய் உள்ளனர். குறுந்தொகை-யின் பல பாடல்கள் இவர்களை மலைக்குத் தலைவர்களாகவே சுட்டி-யுள்ளன.

அதியமான்

அதியமான் நெடுமான் அஞ்சி எனச் சங்க இலக்கியங்களில் பேசப்-படுகின்ற இவன் கடையெழு வள்ளல்களில் ஒருவன். தகடூரை ஆண்ட-வன். தகடூர், மலையும் மலை சார்ந்த பகுதியாகும். தற்பொழுது தருமபுரி என்னும் பெயரால் அழைக்கப்படுகிறது.

அஞ்சி : அதியமான் நெடுமான் அஞ்சி; இவன் ஏழு வள்ளல்களுள் ஒருவன்; இவனுக்குரியது தகடூர்(உ.வே.சா., குறுந்தொகை மூலமும் உரையும், ப.187). அதியமான் நெடுமான் அஞ்சி பகட்டு யானைகளை-யும் நெடிய தேரையும் உடையவன் என்பதைக் குறுந்தொகை,

கடும்பகட் டியானை நெடுந்தே ரஞ்சி
கொன்முனை யிரவூர் போல (குறுந்.91)

என்னும் அடிகளில் உரைக்கிறது. அதியமானின் பெரிய மலை நாட்-டில் நெல்லித் தீங்கனி சிறப்புடையதென,

பெருமலை விடரகத் தருமிசை கொண்ட
சிறியிலை நெல்லித் தீங்கனி (புறம்.91)

என்னும் புறநானூற்று அடிகள் உரைக்கின்றன.

பாரி

பறம்பு மலையை ஆண்டவன் பாரி. பறம்பு மலை பிரான் மலை எனப்படுகிறது. இது தற்காலத்தில் புதுக்கோட்டை மாவட்டப் பகுதியாகும். பாரி பறம்பின் குளிர்ந்த சுனைநீர் சங்க இலக்கியங்களில் அதிக இடங்-களில் பேசப்படுகின்றது. இதனைக் குறுந்தொகை,

பாரி பறம்பிற் பனிச்சுனைத் தெண்ணீர் (குறுந்.196)

என்னும் அடிகள் பாரியின் பறம்பு மலையைப் பறைசாற்றுகிறது.

காரி

இவன் முள்@ர் மலைக்குச் சொந்தக்காரன். மலையமான் திருமுடிக்-காரி என்று சங்கப் பாடல்களில் அழைக்கப்படுகின்றான். மலாடு என்னும் கோவலூரைச் சேர்ந்தவன். தற்பொழுது திருக்கோவிலூர் என்றழைக்கப்ப-

டுகிறது. பலம் பொருந்திய தடக்கைகளை உடைய மலையமான் என்றும் வேலினைக் கையில் கொண்டு முள்@ர் கானத்தினை ஆட்சி செய்பவன் என்றும் குறிப்பிடுகிறது குறுந்தொகை.

எ&ஃகுவிளங்கு தடக்கை மலையன் கானத்
தார நாறு மார்பினை (குறுந்.198)
முரண்கொ டுப்பிற் செவ்வேன் மலையன்
முள்@ர்க் கான நாற வந்து (குறுந்.312)

ஆய்

ஆய் என்னும் அரசன் பொதியில் மலையை ஆண்டவன். மழை மேகங்கள் தவழும் பொதியில் என்பதனைக்,

'கழல்தொடி யாஅய் மழைதவழ் பொதியில்' (குறுந்.84)

என்று குறுந்தொகைக் குறிப்பிடுகிறது.

ஓரி

வில் வலிமையுடையவன் ஓரி. வல்வில் ஓரி என்று சங்க இலக்கி-யங்களில் குறிக்கப்படுகின்றான். இவன் கொல்லி மலைக்குச் சொந்தக்-காரன். கொல்லிக் கானம், கொல்லிக் குடைவரை, கொல்லிப் பாவை எனக் கொல்லி மலை பல சிறப்புகளை உடையது.

கொல்லிமலையை ஆண்டவன் ஓரி. சங்க நூல்கள் இவனைப் பற்றிக் கூறுகின்றன. கொல்லி மலைப் பகுதியை வளப்பூர் நாடு எனக் கல்வெட்-டுகள் கூறுகின்றன. (பக்தவத்சல பாரதி, தமிழகப் பழங்குடிகள், ப.33.) கொல்லி மலையை ஆண்ட ஓரியை,'வல்வில் லோரி கொல்லிக் குட-வரை' (குறுந்.100) என்கிறது குறுந்தொகை. வில் வலிமையையுடைய ஓரி, ஓங்கி வளர்ந்த அடர்ந்த கருமை நிறைந்த கொல்லி மலை நாட்டு அரசன் (புறம்.152) என்கிறது புறநானூறு

விச்சிக்கோ

இவன் விச்சி மலைக்குச் சொந்தக்காரன். வில் வலிமையில் சிறந்-தவன். விற்படையினைக் கொண்டு வேந்தரிடையே போர் புரிந்த நிகழ்வை,

வில்கெழு தானை விச்சியர் பெருமகன்
வேந்தரொடு பொருத ஞான்றை (குறுந்.328)

என்று குறிப்பிடுகிறது குறுந்தொகை.

இவ்வாறு குறுநில மன்னர் பலரும் வறட்சிக் காலத்திலும் வளம் தரும் இயல்புடைய மலைப் பகுதியைப் பொருளாதாரத்திற்கான அடிப்-

படை ஆதாரமாய்க் கொண்டு குறிஞ்சி நிலப்பகுதியை ஆண்டுள்ளனர். இவர்கள் கொடைப்பண்பு மிக்கவர்களாகவும் காட்டப்பட்டுள்ளனர்.

வேளிர்

தமிழ் நாட்டில் உள்ள குடிகளுள் மிகவும் பழமையான குடி வேளிர் குடியாகும். இவர்கள் குன்றூர் என்னும் பகுதியில் உள்ளவர் ஆவர். இதனை,

தொன்றுமுதிர் வேளிர் குன்றூர்க் குணாது (குறுந்.164)

என்னும் அடி உணர்த்துகின்றது. தொன்றுமுதிர் வேளிர் என்பதற்கு, "மிகப் பழங்காலம் முதல் இந்நாட்டில் இருந்து பழமையுள்ள வேளிர்" (உ.வே.சா., குறுந்தொகை மூலமும் உரையும், ப.314) என்கிறார் உ.வே.சா.

வேளிர் என்போர் வேளாளர் மரபில் தோன்றியோர் ஆவர். இவர்கள் வேளாண்மையை முதன்மையாகக் கொண்டவர். வேளிர் குழுவாகக் குறுந்தொகையின் மூலம் வேள் எவ்வி, கோசர் குடி என்னும் இரு குழுக்களைக் காணமுடிகின்றன.

எவ்வி

கடற்துறையின்கண் உள்ள நீழலென்னும் ஊருக்குத் தலைவன் வேள் எவ்வி என்று அழைக்கப்படுகின்றான். வேளிர் குடியைச் சார்ந்தவன் என்பதால் இப்பெயர் வந்தது. பாணர்களை ஆதரித்து வந்தவன். எவ்-வியை இழந்து துன்பப்படும் பாணரைப் பற்றிய குறிப்பு, 'எவ்வியிழந்த வறுமை யாழ்ப்பாணர்' எனக் குறுந்தொகையில் காணப்படுகின்றது.

கோசர்

கோசர்கள் என்போர் வேளிர் இனத்தைச் சார்ந்தவர்கள். தம்மைப் பேணும் தாவரங்களின் மீது மிகுந்த அக்கறைச் செலுத்துபவர்கள். இவர்-கள் நான்கு ஊர்களைச் சேர்ந்தவர்கள். நாலூர் மக்கள் அனைவரும் ஓர் ஊரின்கண் பொதியில் என்னும் அம்பலத்தில் ஒருங்கே கூடி முக்கிய முடிவுகளை எடுப்பர். இக்குழுவின் தலைவன் நீதி வழங்கும் நேரங்களில் மட்டும் தலைமைப் பண்பினை ஏற்பான். மற்ற நேரங்களில் சாதாரண மக்களைப் போல இருப்பான். நாலூர்க் கோசர்களைப் பற்றி,

தொன்மூ தாலத்துப் பொதியிற் றோன்றிய
நாலூர்க் கோசர் நன்மொழி போல (குறுந்.15)
ஒன்று மொழிக் கோசர் போல (குறுந்.73)
என்னும் பாடல்கள் சுட்டுகின்றன.

வேந்தர்

வேந்தரை வம்ப வேந்தர் (புறம்.287) என்கிறது புறநானூறு. வம்ப வேந்தர் எனப்பெறும் மூவேந்தரும் நெய்தல் நிலப்பகுதியையும், மருத நிலப்பகுதியையும் அடிப்படையாகக் கொண்டு ஆண்டுள்ளனர். இயற்கை வளம் மிகுந்த மலைப் பகுதியும் இவர்களால் கவரப்பட்டுள்ளன. பொரு-ளாதாரப் பெருக்கத்திற்கு அடிப்படையாய் அமையும் நிலப்பகுதிகள் எல்-லாம் இவர்களின் ஆளுமைக்கு உட்படுத்தப்பட்டுள்ளன.

வேந்தன் மேய தீம்புனல் உலகம் (தொல். அகத்.5)

எனத் தொல்காப்பியர் சுட்டியதைப் போல இவர்கள் தங்களை வேந்-தர்கள் எனக் குறிப்பிட்டுக்கொண்டது மருத நிலத் தலைவர்கள் என்பதன் அடிப்படையாகும். இவ்வரசர்கள் மருதம், நெய்தல் நிலத்தைச் சார்ந்த-வர்கள் என்பதனைக் குறுந்தொகை வெளிப்படையாகச் சொல்லவில்லை-யெனினும், சில பாடல்களை வேந்தர்களே பாடியுள்ளனர். அவ்வரசர்கள் கையாண்ட கருப்பொருள்களின் அடிப்படையில் அவர்களின் நிலப்பகுதி வரையறை செய்யப்படுகின்றது.

பாண்டியன்

பசிய பொன்னாலாகிய அணிகலன்களை அணிந்த பாண்டியன் (பசும்பூட் பாண்டியன்) என்னும் அடைமொழியுடைய பாண்டிய அரசனைக் குறுந்தொகை குறிப்பிடுகிறது. இவ்வரசன் வாகைப் பறந்-தலை என்னும் இடத்தில் அதிகனோடு போர் செய்த நிகழ்வை,

கூகைக் கோழி வாகைப் பறந்தலைப்

பசும்பூட் பாண்டியன் வினைவ லதிகன்

களிற்றொடு பட்ட ஞான்றை (குறுந்.393)

என்னும் குறுந்தொகை அடிகள் நினைவுபடுத்துகின்றன.

ஆரிய அரசன் பிரகதத்தன்

குறுந்தொகையைப் பாடிய புலவர்களில்; ஆரிய அரசன் பிரகதத்தன் ஒருவன். இவன் பாடிய பாடலில்,

நுண்வலைப் பரதவர் மடமகள்

கண்வலைப் படூஉங் கான லானே (குறுந்.184)

என்னும் அடிகளில் நெய்தல் நிலத்தைப் பற்றிக் குறிப்பிட்டுள்ளார்.

கோப்பெருஞ் சோழன்

கோப்பெருஞ் சோழன் பாடிய பாடல்களாகக் குறுந்தொகையில் நான்கு பாடல்கள் (20, 53, 129, 147) இடம்பெற்றுள்ளன. அவற்-

றுள்,எக்கர் நண்ணிய வெம்மூர் வியன்றுறை (குறுந்.53)என்னும் அடியை உடைய பாடல் மருத நிலத்தின் தன்மையைக் குறிப்பிடுவதாக உள்ளது.

மாக்கட நடுவ ணெண்ணாட் பக்கத்துப்

பசுவெண் டிங்க டோன்றி யாங்கு (குறுந்.129)

வேனிற் பாதிரிக் கூன்மல ரன்ன (குறுந்.147)

என்னும் பாடல்களில் கடலைப் பற்றியும், கடற்கரைத் துறையில் காணப்படும் பாதிரி மலர்களைப் பற்றியும் குறிப்பிட்டுள்ளார். இவை அனைத்தும் வளமையைக் குறிக்கும் வாழ்க்கையை உடையதாகவே உள்ளன.

அந்த வகையில் வேந்தர்களின் ஆட்சி வளம் சார்ந்த நிலப்பகுதி-களை மையமிட்டதாகவே உள்ளது என்பது அறியமுடிகின்றது. இவ்வாறு சமுதாய இயல்பிற்கேற்பத் தலைமைகளும் வேறுபட்டு இருந்தன. குறிப்-பிட்ட நிலப்பகுதி, அதற்கான தலைமை எனும் நிலை மாறி அரசு என்-னும் அமைப்பு உருவானது.

முடிவுரை

- சங்க காலத்தில் வேளிர், கோசர் போன்ற இனக்குழுக்கள் இருந்தனர்.அவர்களுள் தலைமைப் பண்புடையவன் தலைமை ஏற்றான்.

- சங்க காலத்தில் நால்வகைத் திணைகளில் நிலத்தின் இயல்புக்கு ஏற்றவாறு குறுநில மன்னர்கள் வளமுடைய மலை, காட்டுப் பகுதியை ஆட்சி செய்தனர். வேந்தர்கள் நாகரிகம் தோன்றிய செல்வச் சிறப்புடைய மருதம், நெய்தல் நிலங்களை ஆட்சி செய்தனர்.

- சங்ககால மக்கள் பல குழுக்களாகச் சேர்ந்து வாழ்ந்துள்ளனர். ஒவ்வொரு குழுவாக வாழ்ந்த மக்களும் தமக்கெனத் தனி அடையாளத்துடன் விளங்கினர். திணை சார்ந்த குழுக்களாக இருந்தனர். குறிஞ்சித் திணை மக்கள் வேட்டைச் சமுதாயத்தைச் சார்ந்தவர்களாகவும் முல்லைத் திணை மக்கள் இடையர் கூட்டங்களாகவும் மருத நில மக்கள் சிற்றூர், மூதூர் என்னும் அமைப்பில் கூடி வாழ்ந்தவர்களாவும் நெய்தல் நிலப் பரதவர்கள் கூட்டமாக மீன் பிடிக்கக் கடலுக்குச் செல்பவர்களாகவும்

விளங்கினர்.

7

குறுந்தொகையில் சடங்கு முறைகள்

மானிடச் சமூகம் பிறப்பு முதல் இறப்பு வரை சமூகச் சூழலிலும் இயற்கைச் சூழலிலும் பல இயற்கை, மீவியற்கை நிகழ்வுகளுக்கு ஆட்படு-கிறது. அவற்றை எதிர்கொள்ளும்போது நேரும் தீமைகளைத் தமக்குச் சாதகமாகப் பயன்படுத்தப் பல்வேறு வழிமுறைகளையும், அணுகுமுறை-களையும் மேற்கொள்ள வேண்டியது கட்டாயமாகிறது. அவ்வகையில் மக்-கள் முதன்முதலில் தாம் மேற்கொண்ட வழிமுறை பலன்தரும் வகையில் தமது அணுகுமுறையில் தூய்மை, தனி முறைமையைக் கடைபிடிப்பது அவசியம் எனக் கருதினர். இவ்வாறு தற்செயலாகவோ, வேறு வழிக-ளிலோ பலன் தந்த நிலையில் இவ்அணுகுமுறை வழிவழியாகப் பின்பற்-றப்பட்டது. இவ்வணுகுமுறைகள் இவை இப்படித்தான் செய்ய வேண்டும் அல்லது நடைமுறைப்படுத்தப்பட வேண்டும் என்ற நிலையில் சடங்-குகளாக வேரூன்றின. அச்சடங்கு முறைகளைக் குறுந்தொகை வழி ஆராய்கிறது இக்கட்டுரை.

சடங்கு (Ritual) - விளக்கம்

மக்களால் மக்களுக்காக ஏற்படுத்தப்பட்ட ஒரு வரன்முறையும் முன்-னோர்கள் மேற்கொண்டதை எந்தக் கேள்விக்கும் உட்படுத்தாமல் பின்-னோர்கள் அப்படியே பின்பற்றுவதும் சடங்கு ஆகும். சடங்கு என்பதற்கு,

"வழக்கம் காரணமாக பிறப்பு, இறப்பு, திருமணம் போன்ற முக்கிய நிகழ்ச்சிகளில் மேற்கொள்ளும் புனித செயல், பெண் பருவம் அடைந்-

"

தை முன்னிட்டு நடத்தப்படும் விழா, மாறுதலே இல்லாமல் எதற்காகச் செய்கிறோம் என்னும் சிந்தனையே இல்லாமல் இயந்திர கதியில் இயங்-கும் செயல், திருமணம், திருவிழா, உற்சவம்" (கிரியாவின் தற்காலத் தமிழ் அகராதி, ப.528) என விளக்கம் தருகிறது கிரியாவின் தற்காலத் தமிழ் அகராதி.

  • சடங்கு என்பது புனிதத் தன்மையின்பால் மக்கள் ஏற்றுக்கொள்-ளும் நடத்தைக் கோலங்களின் தொகுப்பு.

  • மனிதனை ஒரு நிலையிலிருந்து மற்றொரு நிலைக்கு மாற்றும் கருவி.

  • புனிதப் பொருட்களின் முன்னிலையில் ஒரு மனிதன் எவ்வாறு நடந்துகொள்ள வேண்டும் என்பதை வரையறுக்கும் ஒழுக்கக் கோட்பாடு.

என வரையறுக்கப்படுகிறது. மொத்தத்தில் சடங்கு என்பது புனிதத்-துவம் கருதி ஒரு குறிப்பிட்ட ஒழுங்கு முறையுடன் குறியீட்டு நிலையில் மக்களால் மேற்கொள்ளப்படும் செயல்பாடு என்று கூறுவதற்கும் இடமி-ருக்கிறது.

சடங்கின் தோற்றம்

சடங்குகள் பல்வேறு நோக்கங்களின் அடிப்படையில் மேற்கொள்ளப்-பட்டு வருகின்றன. குடும்பம் தழைக்க, நோயின்றி வாழ, பழி பாவங்-களைப் போக்க, துன்ப துயரங்கள் விலக, உறவுகள் நீடிக்க, எதிரிக-ளைத் தண்டிக்க, இயற்கையை வசப்படுத்த, அதீத ஆற்றலைப் பெற இதுபோன்ற நோக்கங்கள் மற்றும் எதிர்பார்ப்புகள் முன்னிட்டுச் சடங்கு-கள் நிகழ்த்தப்படுகின்றன.

சடங்கென்பது சிரத்தைக்குரிய வாழ்வில் குறியீட்டளவில் உந்துதலைப் பெற அல்லது நேரடியாகப் பங்கெடுத்துக்கொள்ள, பொருத்தமான நடை-முறைகளுடன் தன்னார்வமாக நிகழ்த்தும் ஒரு நிகழ்வாகும் (பக்தவத்சல பாரதி, மானிடவியல் கோட்பாடுகள், ப.272).

சடங்குகள் வேறு சில செயல்களுக்காகவும் மேற்கொள்ளப்படு-கின்றன. புனிதத் தன்மையைப் பாதுகாக்கவும் அதற்குக் களங்கம் ஏற்-படாமல் இருக்கவும், தீயவற்றிலிருந்து தனிமைப்படுத்தித் தூய்மையாக வைக்கவும் மேற்கொள்ளப்படுகின்றன (மேலது, பண்பாட்டு மானிடவியல், ப.524).

மனிதன் தோன்றிய அன்றே சடங்கும் தோற்றம் பெற்றுவிட்டது. ஏனெனில் சடங்கானது மனித மனத்தின் வெளிப்பாடாகும்.

தொடக்க கால இனக்குழுச் சமூகத்தில் (Primitive society) சடங்குகளே வாழ்க்கையாகவும் வாழ்க்கையே சடங்குகளாகவும் இருந்தன (ஓ. முத்தையா, பண்பாட்டுப் பதிவுகள். ப.147).

சடங்குகளே பல இனக்குழுக்களாக வாழ்ந்த சங்ககால மக்களை இயக்கின. சடங்குகளே அம்மக்களை இனக்குழுக்களாக ஒன்றி-ணைத்தன. இந்நிலை இன்றும் தொடர்ந்து வருவதைக் காணமுடிகிறது.

இயற்கைச் செயல்பாடுகளின்போது மகிழ்ச்சியடைந்த மனிதன் அவற்றிற்கு நன்றி செலுத்தும் பொருட்டும், பாதிப்பேற்படும்போது அவற்-றைத் திருப்திப்படுத்தும் வகையிலும் நம்பிக்கையின் அடிப்படையில் சில சடங்குகள் மேற்கொண்டான். மனிதனால் குறியீட்டு நிலையில் நிகழ்த்-தப்பட்ட இத்தகைய சடங்குகள் திரும்பத் திரும்ப மேற்கொள்ளப்பட்டு நிலைத்த வடிவம் பெற்றன.

சடங்குகளின் தன்மைகள்

சடங்குகளின் தன்மைகள் பன்முகப்பட்டதாகும். அது நிகழ்த்தப்படும் காலம், இடம், சூழல், தேவை, நோக்கம் போன்ற காரணிகளை முன்-வைத்து அவற்றின் தன்மைகள் வேறுபடுகின்றன. சடங்கு செயல் வடிவம் கொண்டது, நிகழ்த்தப்படுவது என்பன சடங்கின் சிறப்புத் தன்மைகளாக விளங்குகின்றன. ஆகும். சடங்கின் தன்மையைப் பற்றிக் கூறும்பொழுது,

நம்பிக்கையானது உணர்வு நிலையில் அமைய, சடங்கு செயல் வடி-வில் நிகழ்த்தப்படுவதாகவே உள்ளது (மேலது, ப.148). என்கிறார் ஓ. முத்தையா.

ஒன்றைச் செய்து மற்றொன்றைப் பெறுவது சடங்கின் நோக்கமாக இருப்பதால் 'நிகழ்த்துதல்' என்பது இதன் அடிப்படைக் கூறாக அமைகி-றது. பெரும்பாலான சடங்குகள் குறிப்பிட்ட கால இடைவெளியில் திரும்-பத் திரும்ப நிகழ்த்தப்படுகின்றன. சில சூழல்களில் தனி மனிதனால் நிகழ்த்தப்பட்டாலும் கூட்டுத்தன்மை உடையவையாகவே காணப்படு-கின்றன. சடங்கு நிகழ்வானது சடங்கு செய்வோர், சடங்கில் பங்கேற்-போர், பார்வையாளர் ஆகியோருடைய நடத்தை முறைகளின் தொகுப்-பாக விளங்குகிறது.

குலக்குறி விளக்கம்

சமுதாயத்தில் பின்பற்றப்பட்ட பல்வேறு வகையான சடங்கியல் சார்ந்த வழக்கங்களுள் குலக்குறியும் ஒன்றாகும். இனக்குழுச் சமுதா-யத்தில் மனித இனக்குழுக்கள் ஒவ்வொன்றும் தம்மை ஏதேனும் ஒரு

விலங்கு அல்லது தாவரத்துடன் தொடர்புபடுத்திக் கொண்டன. தொடர்புபடுத்திக்கொண்ட உயிரினத்தைத் தமது தொன்மவியல் மூதாதையராகக் காட்டி அதன்மீது சடங்கியல் நம்பிக்கைகளும் வைத்திருந்தன. இவ்வாறு ஓர் இனக்குழு, மூதாதையர் உறவுகளை வைத்துக்கொள்ளும் உயிரினமே 'குலக்குறி' (வுழவநஅ) என வரையறுக்கப்படுகின்றது.

எருமை, புலி, சிங்கம், பாம்பு, கங்காரு, மீன், பல்வேறு வகையான மரங்கள், செடி கொடிகள், புறா, கோழி, மயில் முதலான பறவைகள் இனக்குழு வாழ்வில் குலக்குறியாகக் கொண்டாடப்பட்டுள்ளன. இக்குலக்குறி அந்த இனத்தினுடைய அடையாளச் சின்னமாகவும் (நுஅடிடநஅ) அமைதல் உண்டு.

குலக்குறியாக அடையாளப்படுத்தப்பட்ட உயிரினங்கள் சடங்கியல் தன்மை பெற்று புனிதப்படுத்தப்பட்டு வழிபாட்டுக்குரியதாகக் கருதப்பட்டன. மேலும், அந்த உயிரினத்தின் அழிவு அதனைக் குலக்குறியாகக் கொண்ட இனக்குழுவின் அழிவாகக் கருதப்பட்டது. இதன் காரணமாக அவ்வுயிரினங்களை உணவாக உட்கொள்ளப்படுவது தடைசெய்யப்பட்டது.

குறுந்தொகையில் குலக்குறிச் சடங்குகள்

சடங்குகள் பலவாறு வகைப்படுத்தப்படுகின்றன. பிறப்பு, பூப்பு, திருமணம், இறப்பு போன்ற சடங்குகள் வாழ்க்கை வடடச் சடங்குகள் என்றும், மழைச்சடங்கு, முளைப்பாரிச் சடங்கு ஆகியவற்றை வேளாண் சார்ந்த வளமைச் சடங்குகள் என்றும், திருவிழாக்கள், வெறியாட்டுச் சடங்குகள் ஆகியவற்றை வழிபாட்டுச் சடங்குகள் என்றும் தொழில் நுட்பச் சடங்குகள், மடலேறும் சடங்குகள் ஆகியவற்றை பிறச் சடங்குகள் என்றும் வகைப்படுத்தப்படுகின்றன.

மேற்சொன்ன சடங்கு வகைப்பாட்டில் பெரும்பான்மையான சடங்குகள் குறுந்தொகையில் இடம்பெறுகின்றன. இவற்றுள் ஒரு சில சடங்குகள் ஒவ்வொரு நிலத்திற்கே உரிய அடையாளச் சின்னமாக விளங்குகின்றன. அவ்வாறு நிலங்களை அடையாளப்படுத்தும் குலக்குறிச் சடங்குகளைக் குறுந்தொகை வழி அறியமுடிகிறது.

குறிஞ்சி : வெறியாட்டுச் சடங்குகள்

மலையும் மலை சார்ந்த இடமும் குறிஞ்சி எனப்படுகிறது. குறிஞ்சிக் கிழான், மலைநாடன், குறவன், குறமகள் ஆகியோர் இந்நிலத்தின் தலைமக்கள் ஆவர். வேட்டையாடுதல், தேன் சேகரித்தல் இவர்களின்

தொழில்களாக மேற்கொள்ளப்படுகின்றன. இந்நிலத்தின் தெய்வம் முரு-கன்.

சங்க காலத்தில் குறிஞ்சி நில மக்களிடம் வெறியாட்டு என்னும் சடங்கு மிகப் பெரிதும் பரவியிருந்தது. தெய்வம் மக்கள் மீது வந்து ஆடுவதை 'வெறியாட்டு' என்றும் முருகனின் இயல்பான நறுமணத்தை 'வெறி' என்றும் கூறுவர். வெறியாட்டில் வழிபடுவோர் தெய்வம் தன்மீது வந்து வெளிப்படும் என்னும் நம்பிக்கையில் சடங்கு நிகழ்த்தினர் என்ப-தைத் தொல்காப்பியர்,

வெறியறி சிறப்பின் வெவ்வாய் வேலன்
வெறியாட் டயர்ந்த காந்தளும் தொல். பொருள். 63.

என்னும் நூற்பாவில் காட்டுகிறார். வேலன் என்பவன் வெறியாடலின் இயல்பை உணர்ந்தவன் என்றும் வெறியாட்டிற்குச் காந்தள் என்றொரு பெயரும் உண்டு என்றும் தெளிவாக அறியமுடிகிறது. பழந்தமிழரிடையே முருக வழிபாடு வெறியாட்டுச் சடங்காக இருந்தமையைக் குறுந்தொகை வழி உணரமுடிகிறது. இவ்வெறியாடல் 'வெறி' 'வெறியாடல்' 'வேலனா-டல்'இ 'வேலன் வெறியாட்டு', 'வெறியாட்டயர்தல்' எனச்; சுட்டப்பெறு-கின்றன.

குறுந்தொகையில் இடம்பெறும் வெறியாட்டுச் சடங்குகள் நிகழ்த்தும் சூழல் சார்ந்ததாகவும், நிகழ்த்தப்படுகின்ற களம் சார்ந்ததாகவும் அமை-கின்றன.

வெறியாட்டு நடத்தி முருகனை வழிபடும் சூழல்

தலைமக்கள் களவொழுக்கம் நிகழ்த்தும் காலத்தில தலைவனைக் காணாது தலைவி உடல் மெலிவாள். தலைவியின் உடலில் வேறுபாடு கண்ட தலைவியின் தாய் முருகன் கோயில் பூசாரி வேலனை அழைத்-துத் தலைவியின் நோய்க்குரிய காரணத்தை வினவுவாள். அவ்வேளை-யில் குறிஞ்சி நிலத் தெய்வமான முருகனே நோய்க்குக் காரணமாதலால் அவனுக்கு விழா எடுத்தால் தலைவியின் நோய் தீரும் என்று கூறி வேலன் முருகனை வழிபடுவான். சங்க இலக்கியம் முழுதும் முருகனை வழிபடும் இடங்களிலெல்லாம் 'வெறியாட்டு' என்னும் சடங்கே வருணிக்-கப்பட்டுள்ளன. தெய்வங்களை அழைக்க வெறியாட்டு நிகழ்த்தும் கட்-டுவிச்சியை அழைத்து நல்ல நெடிய குன்றத்தைப் பாடும் பாட்டையே பாடவேண்டும் என அமைந்துள்ள,

அகவன் மகளே! அகவன் மகளே!

அகவன் மகளே! பாடுக பாட்டே;
இன்னும் பாடுக பாட்டே — அவர்
நல்நெடுங் குன்றம் பாடிய பாட்டே குறுந். 23.

என்னும் பாடல் தெய்வங்களையும், குலத்தோரையும் அழைத்துப் பாடுவதை மரபாகக் கொண்டவள் கட்டுவிச்சி என்று சொல்லப்படுகின்ற அகவன் மகள் ஆவாள். அவள் பாடல் பாடி வெறியாட்டு நிகழ்த்துவாள் என்பதைப் புலப்படுகின்றது.

அகவன் மகள் குன்றினைப் புகழ்ந்து பாடியமையும் அக்குன்றின் தலைவன் மீது தலைவி கொண்டுள்ள காதலும் தெரிகிறது. இதனை நோக்கும் போது தலைவியின் வேறுபாட்டைப் போக்குவதற்காக அவள் முருகன் மீது கொண்ட நட்பை, காதலை உறுதிப்படுத்தும் விதமாகக் குன்றின் தன்மைகளையும் அக்குன்றில் முருகனது இயல்பையும் அவனோடு அவள் இருந்த நிகழ்வையும் வெளிப்படுத்தும் போது அவள் தன் நிலையை உணர்ந்து மகிழ்கிறாள். அதனை மீண்டும் பாடுக! மீண்-டும் பாடுக! என்று கேட்கிறாள். அவ்வாறு தலைவியின் காதலை உணர்த்துவது வெறியாட்டுச் சடங்கின் முதல் நிலையாக அமைகிறது.

வெறியாட்டுச் சடங்கின் இரண்டாம் நிலையாகப் படையலிடுதல் அமைகிறது. மக்கள் தமக்கு வந்த துன்பத்தினைப் போக்கத் தம்மிடம் இருக்கும் வேறொரு பொருளைத் தெய்வத்திற்குத் தந்து அத்துன்பத்-தினைப் போக்கிக்கொள்ளலாம் என்று நினைத்தனர். வயலில்; முதல் போகமாக விளைந்திருந்த தினைக் கதிரினைத் தெய்வத்திற்குப் படைய-லிட்டிருந்த போது, அதனை அறியாமல் எடுத்து உண்ட மயில் மகிழ்ச்-சியுடன் ஆடிய ஆட்டத்தை வெறியாட்டு நிகழ்த்திய கட்டுவிச்சியின் ஆட்டம் போன்று அமைந்ததாக மக்கள் எண்ணிய எண்ணத்தைக் காணுமிடத்து அது முருகனை வழிபடுவதற்குப் படையலிட்டு வெறியாட்-டுச் செய்த பழக்கத்தைக் காட்டுவதாக உள்ளது.

புனவன் துடவைப் பொன்போல் சிறுதினைக்
கடிவுண் கடவுட்கு இட்ட செழுங்குரல்
அறியாது உண்ட மஞ்ஞை, ஆடுமகள்
வெறிஉறு வனப்பின் வெற்துற்று, நடுங்கும் குறுந். 105

என்னும் பாடலில் மயில் ஆடியதை, தெய்வத்திற்குப் படைக்கப்பட்-டதை உண்டமையால் மயிலைத் தெய்வம் வருத்தியது. அதனால் அது நடுக்கம் அடைந்தது. இதனைக் காணும்போது தெய்வதிற்குப் படைத்த-

தைத் தெய்வம்தான் உண்ண வேண்டும்; தெய்வம் உண்ணும் என்னும் நம்பிக்கையைக் கொண்டிருந்தனர் மக்கள். இச்சடங்கானது தெய்வத்-திற்குப் படைக்கப்படுவது தூய்மையானதாகவும் முதன்மையானதாகவும் இருப்பது இன்றியமையாதது. அப்படிப் புனிதத்துடன் படைத்தால் தம் வேணடுதல் நிச்சயம் நிறைவேறும் என்று நம்பினர். தமக்கு நேர்ந்த துன்-பத்திலும் தூய்மையும், புனிதமும் உடையவர்களாக வாழவேண்டும் என்ற கருத்தாக்கம் அக்காலத்தில இருந்தமை இவ்வாறு உறைந்த குறியீடுக-ளாகக் குறுந்தொகையில் காணப்படுகின்றன.

வெறியாட்டுச் சடங்கின் மூன்றாம் நிலையாக வெறியாட்டுக் களம் அமைத்துப் படையலிடுதலோடு நில்லாமல் உயிர்களைப் பலியிடுதல் என்னும் வளர்ச்சி நிலையை அடைகிறது.

வெறியாட்டுக் களம்

முருகனை வழிபடும் நோக்கில் வேலன் புனையும் வெறியயற் களம் மிகவும் அழகுறப் பேசப்பட்டுள்ளது. செந்நெல்லும், வெண்பொறியும் சித-றிக் கிடக்க மணங்கமழ் மலர்கள் யாவும் பரப்பி வைக்கப்பட்டிருக்கும் வெறியாட்டுக் களத்தில் வேலன் வெள்ளிய பனந்தோட்டினைக் கடம்ப மலரோடு சூடி, கழற்காயை உடம்பில் அணிந்து கொண்டு முருகக் கடவுளின் பெரும் புகழினைத் துதித்து, படிமக் கலத்தைக் கையில் தூக்கிக்கொண்டு முருகன் தன் குறையைக் களைய வேண்டும் என்று வேண்டுவர். இதனை,

பொய்யா மரபின் ஊர்முது வேலன்
கழங்குமெய்ப் படுத்து, கன்னம் தூக்கி
'முருகு' என மொழியும் ஐங். 245.

என்னும் ஐங்குநுறூற்று அடிகள் குறிப்பிடுகிறது. வெறியாட்டு நிகழ்த்-தும் பொழுது தலைவியின் நோயினைப் போக்க, ஒரு படிமம் செய்து அதில் கழற்சிக் காய் இரண்டினை இரண்டு கண்களாகப் பதித்து வேலனிடம் கொடுக்க, அதனை அவன் தூக்கிக்கொண்டு வெறியாடு-வான்.

வெறியாட்டு நிகழ்த்தப்படும் களம் இவ்வாறு இருக்க வேண்டும் என்-பதை வரையறையாகக் கொள்வது உகந்தது. இந்நிகழ்வு எப்படி நடக்க வேண்டும் என்பதனைக் குறுந்தொகையில் கோப்பெருஞ்சோழன் ஞாப-கப்படுத்துகிறார். மணற்பரப்பில் உதிர்ந்து பரவிக் கிடந்த புன்னை மலர்க-ளைக் கண்ட மாத்திரத்தில் செந்நெல்லும் வெண்பொரியும் சிதறிக் கிடக்-

கும் முருகன் களமே நினைவுக்கு வந்ததாகக் கூறுகிறார். இதனை,

.... முன்றில்

நனைமுதிர் புன்கின் பூத்தாழ் வெண்மணல்

வேலன் புனைந்த வெறியயர் களந்தொறும்

செந்நெல் வான்பொரி சிதறி யன்ன குறுந். 53

என்னும் குறுந்தொகைப் பாடல் விளக்குகிறது. அதேபோன்று, கடல் பரப்பில் மணம் கமழும் ஞாழல் மலருடன் புன்னை மலரும் பரவிக் கிடப்பதைக் கண்ட அம்மூவனார் என்னும் புலவருக்கு முருகனை வழிபட அமைக்கப்பட்டிருக்கும் வெறியாட்டுக் களமே நினைவுக்கு வந்துள்ளது. அதனை,

எறிசுராக் கலித்த விலங்குநீர்ப் பரப்பின்

நறுவீ ஞாழலொடு புன்னை தாஅய்

வெறியயர் களத்தினின் தோன்றும் குறுந். 318.

என்னும் பாடலடிகள் சுட்டுகின்றன.

இப்பாடல்கள் இரண்டிலும் ஐங்குறுநூற்றில் சொல்லப்பட்டதைப் போல வெறியாட்டு நிகழ்த்தும் வேலன் கையில் ஏதும் கொண்டிருந்தானா என்பதைக் குறிப்பிடவில்லை. எனினும் வெறியாட்டு நிகழ்த்தப்படும் களம் கடற்கரை அல்லது ஆற்றங்கரையின் அருகே மக்கள் நடமாட்டம் உள்ள பகுதிகளில் நறுமணம் மிகுந்த புன்னை மலர்கள் மற்றும் ஞாழல் மலர்கள் தூவி, அதனோடு வெண்பொரியும் செந்நெல்லும் படைக்கின்றனர். இவை முறையே கடவுள், மக்களின் விருப்பத்தையும் (மக்களின் விருப்பமே கடவுளுக்குப் படைக்கப்பட்டது), அவர்களைக் கவரும் நோக்கத்தோடும் பிடித்தமான உணவு வகைகளையும் படைத்தல் ஆகியவை அடங்கியுள்ளன. இவ்வாறு செய்வதன் நோக்கம் வெறியாட்டு நிகழ்த்தக் கூடிய பெண்ணின் சுயநினைவை மீண்டும் மீட்டெடுத்தலும், படையலை இட்டு அப்பெண்ணிற்கு நேர்ந்த துன்பத்தைப் போக்கலுமாகும்.

வெறியாட்டு நிகழ்த்துதலின் உறைந்த குறியீடுகள் தற்காலத்தில் முருகன் கோயிலில் நடத்தப்படுவதாகப் தெரியவில்லை. நாட்டுப்புற வழிபாட்டு முறைகளிலும் அதிகப்படியான முருகன் கோயில்களில் வெறியாட்டு அல்லது பேயோட்டுதல் என்பது நிகழ்த்தப்படுவதில்லை. அது பெரும்பான்மை அம்மன் வழிபாடுகளாக்கப்பட்டுவிட்டன.

பலியிடுதல்

வெறியாட்டுக் களத்தில் புன்னை மற்றும் ஞாழல் மலர்களின் நறு-
மணத்தோடு கவர்ந்து நுகர்வோருக்குப் படையலைப் படைக்கும் நிகழ்-
வோடு நில்லாமல் பிரிய உணவான மாமிச இறைச்சியைப் பலியிட்டு
படைத்தலும் உண்டு எனக் குறிப்பிடுகிறது குறுந்தொகை. வெறியாட்டு;
நிகழ்த்தப்படும் ஆற்றின் நடுவில் அமைந்த மணல் திட்டில் பல இசைக்-
கருவிகள் முழங்க வெள்ளாட்டின் குட்டியினது கழுத்தை அறுத்து,
தினை அரிசி நிரம்பிய பிரம்பின் கூடையை வைத்து அவ்வாட்டின் ரத்-
தத்தைத் தலைவியின் நெற்றியில் நீவினர் என்பதை,

மறிக் குரல் அறுத்து, தினைப் பரப்பு இரீஇ,

செல்ஆற்றுக் கவலைப பல்இயம் கறங்க குறுந். 263.

என்னும் அடிகள் குறிப்பிடுகின்றன.

சங்க காலத்தில் வெறியாட்டுக் களத்தில் (ஆற்றின் கரைகளில் அல்-
லது நடுவில்) தூவப்படும் வெண்பொரி;, புன்னை மலர்கள், ஞாழல்
மலர்கள் ஆகியவற்றைத் தூவுவர். இதைப்போன்றே தற்காலத்தில் ஒரு
சடங்கு நிகழ்கிறது. ஏதேனும் ஒரு காரணத்தால் பயந்தவருக்கு அல்லது
சுயநினைவை இழந்த தோற்றம் கொண்ட ஒருவருக்கு முருகன் கோயில்
அல்லது பிற கோயில்களில் விபூதி, எலுமிச்சைப் பழம் மந்திரித்துத்
தரப்படுகிறது. இவ்வாறு தரும்பொழுது பயம் தெளிந்து சரியாகிவிடும்
என்று இன்றைய மக்கள் நம்புகின்றனர். அப்படிச் சரியாகவில்லையென்-
றால் அவர்கள் பயந்த இடத்தைக் கோவில் பூசாரி சுட்டிக்காட்டுவார்.
அது பெரும்பான்மை ஆற்றங்கரைகள் அல்லது மூன்று, நான்கு இடங்-
கள் கூடும் இடமாக இருக்கும். அவ்விடத்தில் மேற்சொன்ன பொரியை-
யும், அவலையும் தூவி, சேவல் அல்லது கிடாவை வெட்டி அவர்களின்
நெற்றியில் தடவுவர். அப்போது மீண்டும் பழைய நிலைக்குத் திரும்புவர்
என்பது நம்பிக்கை.

படையலிடுதல், பலியிடுதல் என்னும் சடங்குகள் நிகழ்த்தப்படுதல்
சார்ந்ததாகவும் நிகழ்த்தப்படும் இடம் சார்ந்ததாகவும் அமைகின்றன.
ஒன்றினைத் தந்து மற்றொன்றைப் பெறுவதற்குச் சடங்கு செய்யப்படு-
கின்றது. பெறப்படும் பொருளின் தன்மையைப் பொறுத்துப் படையலிடல்
அல்லது பலியிடல் நிகழ்த்தப்படுகிறது.

குறிபார்த்தல்

வெறியாட்டுச் சடங்குகள் நிகழ்வதற்குக் காரணமாக அமைவது குறி-
பார்த்தல் என்னும் சடங்காகும். தலைவி தலைவனுக்காக ஏங்குகிறாள்.

அவள் உடல் மெலிவதால் அவளுடைய வேறுபாட்டிற்குக் காரணம் கண்டுகொள்ளத் தலைவியின் தாய் கட்டுப் பார்ப்பதற்கோ அல்லது கழங்கு பார்ப்பதற்கோ ஏற்பாடு செய்கிறாள். முது பெண்டிர் நெல்லை வைத்துக் குறி கூறும் சடங்கு 'கட்டுக்குறி' ஆகும். 'கழங்குக்குறி' வேலனால் நடத்தப்படும் சடங்காகும். இந்த இரண்டு சடங்குகளிலும் தலைவியை முருகன் அணங்கினதைக் கண்டுபிடித்து அதற்குத் தெய்வ சாந்தியான வெறியாடலைத் தலைவியின் தாய் ஏற்பாடு செய்கின்றாள்.

முருகன் செம்முது பெண்டிர்மேல் ஆவேசித்துக் குறிப்பு உணர்த்து-வான் என்று அக்கால மக்கள் நம்பினர். அதற்கு,

நல்நுதல் பரந்த பசலை கண்டு, அன்னை
செம்முது பெண்டிரொடு நெல்முன் நிறீஇ
கட்டின் கேட்கும் குறுந். 288

என்னும் அடிகள் சான்றாகும். 'கட்டு' கேட்கும் கட்டுவிச்சி குறப்-பெண்ணாக இருப்பாள். இவளுடைய தொழில் குறி சொல்லுதல் ஆகும். கட்டுவிச்சியை அகவன் மகள் (குறுந். 23) என்று அழைப்பர் என்கிறது குறுந்தொகை. ஏனைய சங்க இலக்கியங்களும் அதனையே குறிப்பிடு-கின்றன. இவள் கையில் கோலைக் கொண்டு மந்திரங்களைச் சொல் குறி கூறுவாள். இதனை,

வெண்கொடைச் சிறுகோல் அகவன் மகளிர் குறுந். 23

என்னும் அடி உணர்த்துகிறது.

கட்டுவிச்சி முற்றத்தில் நெல்லையிட்டு, எண்ணி, அதனால் புலப்ப-டும் நிமித்தங்களை அறிந்து கூறுவாள். இவர்கள் தெய்வம் ஏறிக் குறி கூறுதலும் உண்டு. பிற்கால கலம்பகங்களில் குறம் என்ற உருப்பாகவும், குறவஞ்சி என்ற இலக்கிய வகையாகவும் நிமித்தம் கூறுதல் வளர்ச்சி-யுற்றது.

குறமகளிர் நெல்லைப் வளமையின் குறியீட்டுக்காவுகும். குறி சொல்-லும் பெண்ணின் உணவுப் பயன்பாட்டிற்காகவும்; பயன்படுத்தினர்.

கட்டுப் பார்த்தல்

கட்டுப் பார்த்தல் என்பது முறத்தில் நெல்லை வட்டமாகப் பரப்பி வைத்துத் தெய்வங்களைப் பாடியும் எண்ணிப் பார்த்தும் கட்டுவிச்சி கூறும் குறியாகும். கட்டுவிச்சியின் மேல் முருகன் ஆவேசப்பட்டு வரு-வதுண்டு. கழங்கின் வழியாகக் குறி சொல்பவன் பெயர் வேலன். முரு-கனின் பூசாரியான இவன் படிமத்தான் என்றும் அழைக்கப்பட்டான்.

தலைவியின் இந்நிலைக்குக் காரணம் முருகன் என்பதை இவன் கழங்-
கின் மூலமாகக் கண்டுபிடித்துக் கூறுவான். தலைவிக்குற்ற நோயை
அன்னை அறிவதற்குக் கழங்கிட்டுப் பார்த்தல் அக்கால வழக்கு.

கழங்கு என்பது கழற்சிக்காய் வித்துக்கள் பலவற்றை முருகன் முன்
போட்டு வேலன் தன் தலையில் ஆடை அணிந்து கையில் கோல்
ஒன்று ஏந்தி, அந்தக் கோலால் கழற்சி வித்துக்களை வாரி எடுக்கும்-
போது குறிப்புக்காணும் ஒருவகைக் குறி. நற்சிற்றூரில் உள்ள முதிய
வேலன் கழங்கை இட்டுத் தலைவியின் இந்த நோய்க்குக் காரணம்
முருகனே என்று கூறுவான். இதை அறிந்த தாய் வெறியாட்டு நடத்த
வேண்டும் என்று கூறுவாள்.

வேலன் என்னும் சொல் முருகனுக்கு வழிபாடியற்றுவோனைக்
குறித்து நின்றது. காதலனொடு கலந்த தலைவியின் வேறுபாடு கண்ட
அன்னை வேலனை அழைத்து வெறியாட்டு எடுப்பாள். வெறியுடன்
ஆடும் வேலனின் மேனியில் முருகன் நிற்பான் என்பதைக் குறுந்தொ-
கைப் பாடல்கள் (53,318,362) உணர்த்துகின்றன. இதனை அறிந்த
தலைவன் திருமணம் செய்ய வருவான் என்று குறிபார்த்தல் மூலமாக
அறியமுடிகிறது.

விரிச்சி சொல்லும் கட்டுவிச்சிகளுக்கு அக்காலப் பெண்கள் வாழ்த்-
துதலைத் தெரிவித்துப் பிடித்தமான உணவுகளை அவர்களுக்காகப்
படைத்தளித்தமையும் குறுந்தொகைப் பாடல்களில் இருக்கின்றன.

முருகன் கையில் உள்ள வேலைக்கொண்டு வெறியாட்டு நிகழ்த்து-
வான் வேலன். உடுக்கை இசைப்பான். சேவல் கொடி ஆண்மையின்
சின்னமாகக் குறியீடாகப் பயன்படுத்தப்படும். உடுக்கையும் வேலும்
முறையே விலங்குகள் தம்மை நெருங்காமல் இருக்க ஓசை எழுப்புவதற்-
கும், தம்மை அணுகும் விலங்குகளை அழிக்கப் பயன்படுத்தப்படும் கரு-
விகளின் குறியீடாக அமைகிறழுது. அதுவே பின்னர் கடவுளின் சின்-
னங்களாகவும் தொன்மங்களாகவும் பரிணமித்தன. மக்களின் பயத்தைப்
போக்க அவர்கள் பயன்படுத்திய கருவிகள் இசை முழக்கங்கள் ஆகி-
யவை உறைந்த குறியீடுகளாக இருக்கின்றன.

சங்க காலத்தில் குறிஞ்சி நில மக்களிடையே வெறியாட்டுச் சடங்-
குகள் இருந்தன. வெறியாட்டு நிகழ்த்தி முருகனை வழிபடும் சூழலை
அமைத்தனர் அக்கால மக்கள். வெறியாட்டு நிகழ்த்தும் களம் வெறி-
யாட்டுக் களம் என்று வழங்கப்பட்டது. கட்டுவிச்சியை அழைத்துக் குறி-

பார்க்கும் வழக்கமும் வேலன் கழற்சிக்காய் கொண்டு குறிபார்க்கும் வழக்-
கமும் இருந்தன என்பது குறுந்தொகை வழி தெரியவருகின்றது.

முல்லை : துணங்கைக் கூத்து

காடும் காடு சார்ந்த நிலமாகிய முல்லையில் இடையர்களும், ஆயர்-
களும் வாழ்ந்தனர். அவர்களின் தொழில்களாக ஆநிரை மேய்த்தல்,
விதை விதைத்தல், பால் விற்றல், மோர் விற்றல் ஆகியன குறிப்பிடப்ப-
டுகின்றன. இந்நிலத்தின் தெய்வம் திருமால். இவன் பசுக்களின் தலை-
வன்.

இடையர்கள் பொருள் தேடவோ ஆநிரை மேய்க்கவோ சென்ற
காலங்களில் இல்லத்தில் ஆற்றியிருக்கும் மரபை முல்லை நிலப் பெண்-
கள் கொண்டிருந்தனர் என்பதை அறியமுடிகிறது. முல்லை நிலத்தில்
குடும்பத்தில் தலைமைப் பண்பு பெண்களுக்கே உரித்தானது. அப்பெண்-
களைப் பிரிந்து சென்ற தலைவர்கள் வீடு திரும்பும்போது அவர்களுடன்
மகிழ்ச்சியாக ஆடும் ஆட்டம் துணங்கையாகும்.

சங்க இலக்கியத்தில் காணப்படும் கலைகளில் துணங்கையும், குர-
வையும் முக்கிய இடம்பெற்றிருந்தன. சங்ககாலச் சமூகத்தில குரவைக்
கூத்தே மக்களின் பொழுது போக்கிற்;கான மையமாக விளங்கியுள்ளது.
அதனை,

"குரவைக்கு முன்பே தோற்றம் பெற்றிருந்த துணங்கை சங்க காலத்-
திற்குப் பிறகு அருகிப்போயிற்று, சிலம்பில் குன்றக் குரவை, ஆய்ச்சியர்
குரவை எனத் தனித்தனிக் காதைகள் அமைக்கப்பட்டுத் துணங்கை ஒரே
ஒரு இடத்தில் மட்டும் குறிக்கப்படுவதாலும் இதை உணரலாம்"

என்கிறார் காந்திதாஸ். இதன் மூலம் குரவைக் கூத்தைப் போன்றே
துணங்கைக் கூத்தும் முல்லை நிலப் பெண்களால் ஆடப்படுவது என்பது
தெளிவாகிறது. குரவை பற்றிய பாடல்கள் குறுந்தொகையில் காணப்பட-
வில்லை.

துண் + அம் + கை = துணங்கை. துணங்கை கொடுத்துக் கூடி
ஆடும் கூத்து ஆதலால் இது துணங்கைக் கூத்து எனப் பெயர் பெற்-
றது. இது மகளிர் ஆடும் ஒரு வகைக் கூத்து. கூத்து என்பது இங்கு
கூடி ஆடுவதைக் குறிக்கிறது. இரு கைகளை மடக்கி முழக்கிக்கொண்டு,
இரு விலாப் புறங்களிலும் அடித்துக்கொண்டும், பாடிக்கொண்டும் ஆடும்
கூத்து ஆகும்.

பழுப்புடை இருகை முடக்கியாக்கத்
தொடக்கிய நடையது துணங்கை யாகும்.
முடக்கிய இருகை பழுப்புடை ஏற்றித்
துடக்கிய நடையது துணங்கை யாகும்

என்கிறது சிலப்பதிகாரம் (குன்றக் குரவை).

பழுப்புடை இருகை முடக்கி யடிக்கத்
துடக்கிய நடையது துணங்கை யாகும்
இது காதலற் கெடுத்த ஆதிமந்தி பாட்டு;
காமக் கிழவன் உள்வழிப் படினும்

என்கிறார் நச்சினார்க்கினியர் (இரா. மோகன், பத்துப்பாட்டு - முதற்-
பகுதி, பக்.18-20). இக்கூற்றுக்கள் மூலம் துணங்கைக் கூத்து என்பது
இரு கைகளையும் மடக்கி முழவு ஓசைக்கு ஏற்ப மகளிர் வளைந்து
ஆடுவது தெளிவாகிறது. இதனையே,

மள்ளர் குழீஇய விழவினானும்
மகளிர் தழீஇய துணங்கையானும் குறுந். 31
வணங்கிறைப் பனைத்தோள் எள்வளை மகளிர்
துணங்கை நாளும் வந்தன குறுந்.364

என்றும் குறுந்தொகை உரைக்கிறது.

துணங்கையாடுகையில் மகளிர் பலவகை ஒலிகளை எழுப்பினர் என்-
றும் (பதிற்:13-5) முழவுகள் முழங்கப்பட்டன என்றும் (பதிற்:52-15)
தாளம் பெரிதும் சிறப்பிடம் பெற்றது என்றும் தாளத்திற்கேற்பத் தழுவுதல்
செய்யப்பட்டன என்றும் அறியமுடிகின்றது.

மேற்சொன்ன குறுந்தொகைப் பாடல்களால் துணங்கைக் கூத்து என்-
பது திருவிழாக் காலங்களில் நடைபெறுவது என்றும் மக்கள் கூட்டமா-
கவோ அல்லது காதலர்கள் கூடுவதாகவோ நடைபெறுகிறது. ஆகை-
யால் துணங்கை என்னும் சடங்கு கூட்டுத்தன்மை வாய்ந்ததாகக் கருதப்-
படுகிறது. மேலும், பெண்களின் வாழ்வியலைப் பிரதிபலிக்கும் குலக்குறிச்
சடங்காக துணங்கைக் கூத்தும், குரவையும் நிகழ்த்தப்படுகிறது.

மருதம் : மழைச் சடங்குகள்

வயலும் வயல் சார்ந்த நிலமும் மருதமாகும். இங்கு ஊரன், மகிழ்-
நன், உழவன், உழத்தியர் ஆகியோர் வாழ்வர். இந்நிலம் வேளாண்-
மைக்குப் பயன்படுவதாகும். அதனால் இங்கு உழவுத் தொழில் செய்-
யப்படுகிறது. இந்நிலத்தின் தெய்வம் இந்திரன் என்று சொல்லப்படுகின்ற

வேந்தன்.

வேளாண் தொழிலுக்கு இன்றியமையாத மழை பற்றிய சடங்குகள் நாட்டுப்புற மக்களால் நிகழ்த்தப்படும் வளமைச் சடங்குகளுள் குறிப்பி-டத்தக்க ஒன்றாகும். 'நீரின்றி அமையாது உலகு' என்பார் வள்ளுவர். 'மாமழை போற்றுதும்' என்பார் இளங்கோவடிகள். வேளாண் பயிர்கள் வளர மழை அவசியம். அதுவும் குறித்த காலத்தில் மழை பெய்தால்தான் பலன் பெறமுடியும். இல்லையென்றால் இழப்பும் வறுமையும்தான். மழை பொய்த்துப் பஞ்சம் ஏற்படும் காலங்களில் மழை பெய்ய வேண்டிப் பல்-வேறு சடங்குகள் இன்றளவும் நிகழ்த்தப்பட்டு வருகின்றன.

"மணமான பெண்களும் கன்னிப் பெண்களும் வீடு வீடாகச் சென்று, மழைக் கஞ்சி.... மழைக்கஞ்சி என்று கூவி அரிசி, மாவு, தானி-யங்களைப் பெற்று வந்து ஊரின் பொது இடத்தில் வைத்து உப்பில்லா மழைக்கஞ்சி காய்ச்சிக் கஞ்சியை ஊர்மக்கள் அனைவருக்கும் வழங்கு-வர். பின்பு வயது முதிர்ந்த மகளிர் கஞ்சி காய்ச்சிய சட்டிகளைக் கீழே போட்டு உடைத்து மாரடித்து (மார்பில் கைகளால் அடித்து) ஒப்பாரிப் பாடல்களைப் பாடுவர் என்று நாட்டுப்புற மக்களின் சடங்குகளைப் பற்-றிக் குறிப்பிடுகிறார் ஓ. முத்தையா. மழைச்சடங்கு சமூக நன்மை, வளம் கருதி நாட்டுப்புற மக்களால ஒன்றிணைந்து இன்றளவும் செய்யப்பட்டு வருகின்றது என்பது எல்லோரும் அறிந்த ஒன்றாகும்.

குறுந்தொகையில் வானத்தைப் பார்த்துப் போலச்செய்தல் முறையில் ஒரு பாடல் அமைந்துள்ளது.

தாழ் இருள் துமிய மின்னி, தண்ணென

வீழ்வரை இனிய சிதறி, ஊழின்

கடிப்புஇகு முரசின் முழங்கி, இடித்து இடித்துப்

பெய்க, இனி; வாழியோ பெருவான் குறுந். 270.

என்னும் இப்பாடலில் மக்கள் மழையை வேண்டுவதற்காக முரசு முழங்குகிறார்கள். முரசு ஒலியானது இடியின் ஓசைக்குக் குறியீடாக அமைந்துள்ளது. இடி இடிப்பதைப் போன்று முரசை இடித்தால் வானம் மழையைத் தரும் என்ற நம்பிக்கையில் இது சடங்காகப் பின்பற்றப்படு-கிறது. இது பொழுதுபோக்குத் தன்மை அற்றது; நம்பிக்கை சார்ந்தது. மக்கள் ஒன்றைச் செய்தால் அதற்குமாறாக இயற்கை மக்களுக்கு இன்-னொன்றைச் செய்யும் என்பது மக்களின் நம்பிக்கை. இது வளமைச் சடங்கு எனப்படுகிறது. இவ்வளமைச் சடங்கின் குறியீடாக முரசு இடிக்-

கும் சடங்கு அமைகிறது.

மழை பெய்தது. அதனால் இனிக் கவலை இல்லை என்று மனம் ஆனந்தப்பட்டு, மழை வந்ததைக் கொண்டாடும் வண்ணமாக ஒரு பாடல் அமைந்துள்ளது.

தொய்யில் மாமலை தொடங்கலின், அவர் நாட்டுப்
பூசல் ஆயம் புகன்றுஇழி அருவி குறுந். 367.

என்னும் அடிகளில், மழை பெய்தால் நீர் ஓடைகள், சுனைகள், குளங்கள், அருவிகள் நிறையும். வேளாண்மை சிறக்கும். வறுமையில் இருந்து வளமை அடைவதுடன் மக்களும் குதூகலம் அடைவர் என்-பதை அறியமுடிகிறது.

தினைப்புனம் நன்கு விளைய வேண்டும், இல்லையென்றால் தாம் வறுமையடைய நேரிடும் என்று உழவர்கள் பலர் ஒன்று சேர்ந்து ஊது-கோல்களால் ஊதி ஓசையை எழுப்பி ஆரவாரம் செய்து மழையை வேண்டியமையை,

ஊது உலைப் பெய்த பகுவாய்த் தெண்மணி
மரப் பயில் இரும்பின் ஆர்ப்ப குறுந்.155.

என்னும் பாடல் சுட்டுகிறது.

மழையை வேண்டி கடவுளைக் கும்பிட்ட வழக்கமும் சங்ககால மக்-களிடையே இருந்தது. மழை பெய்வதற்காகச் சுற்றத்தார் அனைவரும் ஒன்றாகக் கூடி வளம் பொருந்திய கதிர்களைக் கடவுளுக்குப் படைய-லாக இட்டதாக,

புனவன் துடவைப் பொன்போல் சிறுதினைக்
கடிஉண் கடவுட்கு இட்ட செழுங்குரல் குறுந்.105.

என்னும் அடிகள் விளம்புகின்றன. வளம் பொருந்திய சிறந்த கதிர்-களைப் படையலாகக் கடவுளுக்குப் படைத்தால் வளம் (விளைச்சல்) அதிகம் பெருகும் (விளையும்) என்னும் கருத்தாக்கத்தில் படையல் நிகழ்த்தினர். சுற்றத்தார் அனைவரும் ஒன்றுகூட வேண்டும் என்ற நோக்கத்தோடு கூட்டுத்தன்மை வாய்ந்ததாகவும் இச்சடங்கு அமைகிறது.

நெய்தல் : சுராமுழ் வழிபாடு

கடலும் கடல் சார்ந்த பகுதி நெய்தல் எனப்படுகிறது. இந்நில மக்கள் துறைவன், நுளையர், நுளைச்சியர், சேர்ப்பன் ஆகியோர் ஆவர். இவர்-களின் தொழில் மீன்பிடித்தல், உப்பு விளைத்தல். இவர்களின் தெய்வம் வருணன்.

நெய்தல் நில மக்களில் ஆண்கள் மீன்பிடித்தலையும் பெண்கள் உப்பு விற்று நெல்லைப் பெறுதலையும் வழக்கமாகக் கொண்டிருந்தனர். இங்கு பண்டமாற்று முறை இருந்ததையும் குறிப்பிடுகிறது குறுந்தொகை.

நெல்லினரே வெண்கல் உப்பெனச்

சேரிவிலை மாறு கூறலின் குறுந். 269.

நெய்தல் நிலத்தில் வாழும் மக்கள் தம்முடைய தொழிலான மீன்-பிடிக்கச் செல்லும் போது தமக்கு ஏற்படும் துன்பங்களைப் போக்க வழியின்றித் தவித்தனர். அதனைக் குறிப்பிடும் விதமாக ஒரு பாடல் அமைந்துள்ளது. மீன்பிடிக்கச் செல்லும்போது கடலில் பெரிய சுறா மீன் தாக்கியது. அதனால் ஏற்பட்ட புண் ஆறும்வரை கடலுக்குச் செல்ல-வில்லை. அது தணிந்த பின் மீண்டும் கடலுக்கு மீன்பிடிக்கச் செல்-கின்றனர். ஏனென்றால் நெய்தல் நில மக்களுக்கு வேறு தொழில்கள் இல்லை. இதனை,

வயச்சுரா எறிந்த புண்தணிந்து, எந்தையும்

நீல்நிறப் பெருங்கடல் புக்கனன் குறுந். 269.

என்னும் அடிகள் விளக்குகின்றன. அதேபோன்று,

வயச்சுரா வழங்கு நீர் அத்தம் குறுந். 230.

எறிசுராக் கலித்த இலங்குநீர் பரப்பின் குறுந். 318.

என்னும் அடிகளில் நெய்தல் நிலமக்கள் சுறா மீனால் அடையும் துன்பங்களையும் உரைக்கின்றனர். அதிலிருந்து விடுபட வேறு வழி இன்றி அதனையே வழிபட ஆரம்பித்தனர்.

சுறா மீன்கள் மீது இருக்கும் பயம் மட்டுமே அல்லாமல் தம் வாழ்-வின் அனைத்துத் தேவைகளையும் பூர்த்தி செய்வது கடல் மீன்கள். கடல் மீன்களில் தமக்குச் சவாலாக அமைந்த மீனினத் தலைவனான சுறா மீனை வழிபடுவது நெய்தல் நில மக்களின் வழக்கம். தம்வாழ்வு வளம்பெற வேண்டித் தம் இல்லத்தில் சுறா மீனின் கொம்பினை நட்டு வைத்து அதனை வழிபட்டனர். இதனை,

சினைச் சுறவின் கோடு நட்டு

மனை சேர்த்திய வல்லிணங்கினான் பட்டினப். 86-87.

என்று குறிப்பிடுகிறது பட்டினப்பாலை. ஒவ்வொரு நாளும் சுறாமீ-னின் கொம்பினை வழிபட்டுக் கடலுக்குச் செல்வது இவர்களது வாழ்வில் சடங்காயிற்று. இதுவே இவர்களின் குலக்குறிச் சடங்காகவும் அமைகி-றது.

முடிவுகள்

- சடங்குகள் என்பது மக்களின் அணுகுமுறைகளின் தொகுப்பாகும். அது ஒவ்வொரு சமூகத்தாரிடமும் ஒவ்வொரு முறையில் வேறுபடுகின்றன. இன்றளவிலும் புனிதத்துவம் கருதிக் குறியீட்டு நிலையில் மக்களால் மேற்கொள்ளப்படும் செயல்பாடு இச்சடங்கு என்பது உரைக்கப்பட்டுள்ளன.

- பல்வேறு இனக்குழுக்களாக வாழ்ந்த மக்கள் இயற்கைச் செயல்பாடுகளால் மகிழ்ச்சியடைந்து அதற்கு நன்றி செலுத்தும் பொருட்டும், பாதிப்பேற்படும்போது அதனைத் திருப்திப்படுத்தும் பொருட்டும் திரும்பத் திரும்ப இச்சடங்கினை நிகழ்த்தினர்.

- சடங்குகள் செயல் வடிவம் கொண்டதாகவும் நிகழ்த்தப்படுவதாகவும் அமைவதே அதன் சிறப்புக் கூறாகும். சடங்கு செய்வோர், பங்கேற்போர், பார்வையாளர் ஆகியோருடைய நடத்தை முறைகளின் தொகுப்பே சடங்கு நிகழ்வாகும்.

- இனக்குழுச் சமுதாயத்தில் இனக்குழு ஒவ்வொன்றும் ஒரு தாவரம் அல்லது விலங்கு ஆகிய ஏதேனும் ஒன்றுடன் தொடர்புப்படுத்தி அதனை அடையாளச் சின்னமாகக் கொண்டன.

- குறிஞ்சி நிலத்தின் குலக்குறிச் சடங்காக வெறியாட்டுச் சடங்கு இருக்கிறது. இவ்வெறியாட்டு நிகழ்த்தப்படும் இடம், வழிபடும் சூழல், நிகழ்த்துபவர்கள், பலியிடுதல், குறிபார்த்தல், கட்டுப் பார்த்தல் ஆகியன இருப்பது குறுந்தொகைப் பாடல்கள் வழி விளக்கப்பட்டுள்ளன.

- முல்லை நில ஆய்ச்சியர்கள் மகிழ்ச்சியில் ஆடவர்களோடு கூடி ஆடும் துணங்கைக் கூத்து குலக்குறிச் சடங்காக இடம்பெற்றமை சுட்டப்பட்டுள்ளன.

- மருத நிலத்தில செய்யப்படும் வேளாண்மைக்கான சடங்குகளில் மழைச் சடங்குகள் குறுந்தொகையில் அதிகம் பேசப்படுவதும், அச்சடங்கு அந்நிலத்தின் குலக்குறிச் சடங்காக அடையாளப்படுத்தப்படுவதும் எடுத்துரைக்கப்பட்டுள்ளன.

- குறுந்தொகையில் கூறப்பட்டுள்ள நெய்தல் நில மக்களின் சுறாமுள் வழிபாட்டினைக் குலக்குறிச் சடங்காகக் கருத இடமிருக்கிறது.

8

சங்க இலக்கியத்தில் குலக்குறி வழிபாடு

வழிபாடு என்ற சொல் வழிபடு என்ற வேர்ச்சொல்லிலிருந்து பிறந்த தொழிற் பெயராகும். வழிபடு என்னும் சொல்லிற்கு, வழியிற் செல்லுதல், பின்பற்றுதல், பூசனை, வழக்கம் எனப் பல பொருள்கள் கூறப்படுகின்றன. வழிபாடு குறித்து, "தெய்வங்களை மகிழ்விப்பதற்காக மேற்கொள்ளப்படும் செயல்பாடுகளும் பூசனைகளுமே வழிபாடு" (ஓ. முத்தையா, பண்பாட்டுப் பதிவுகள், ப.118) என்றும், "இறைவனுடன் இரண்டறக் கலப்பதே வழிபாடு" (ஓ.முத்தையா, பண்பாட்டுப் பதிவுகள், ப.118) என்றும், "உள்ளத்தின் கதவுகளை இறைவனுக்காகத் திறந்து வைப்பதே வழிபாடு" (ஓ.முத்தையா, பண்பாட்டுப் பதிவுகள், ப.118) என்றும் பல்வேறு விளக்கங்களை முன்வைக்கிறார் ஓ.முத்தையா. அதே-போன்று, "மக்கள் தம்மைச் சூழ்ந்துள்ளவற்றையும், தமக்குத் தேவையாக இருக்கின்ற நெருப்பு, காற்று, மழை, ஞாயிறு முதலிய இயற்கைப் பொருட்களையும் முதற்கண் வழிபட்டு வந்தனர்" (பக்தவத்சல பாரதி, தமிழர் மானிடவியல், ப.18) எனவும், "தம்மை மீறிய ஒரு ஆற்றல் உண்டு. அது தம்மை இயக்குவதோடு பிற பொருளையும் இயக்குகிறது என அறிந்து அப்பேராற்றலை வழிபடலாயினர்" (பக்தவத்சல பாரதி, தமிழர் மானிடவியல், ப.11) எனவும் பக்தவத்சல பாரதி விளக்கம் தரு-கிறார்.

வழிபாட்டின் வரையறை

மனித எண்ணம், உணர்வு, சமூகம் சார்ந்த அணுகுமுறைகளைக் கொண்டு அறிஞர்கள் ஆறு முக்கியக் கோட்பாடுகளை முன்வைக்கின்-றனர் (மேலது, ப.252).

1. ஆவிவழிபாடு (Animism)

2. உயிர்ப்பாற்றல் வழிபாடு (Animation)

3. இயற்கை வழிபாடு (Naturism)

4. குலக்குறி வழிபாடு (Totemism)

5. போலியுருவ வழிபாடு (Fetism)

6. முன்னோர் வழிபாடு (Ancestor worship)

பேராற்றல் குறித்த வழிபாட்டிற்கு அடிப்படையான நம்பிக்கைகளாகப் பின்வருவனவற்றைக் கூறுவார் ஹென்றி வொயிட் ஹெட் (எடுத்தாளப்-பட்டது, மேலது, ப.253).

1. ஆவியுலக நம்பிக்கை (Belief in Spirits)

2. உயரிய நம்பிக்கை (Belief in Impersonal Power)

3. இயற்கை சார்ந்த நம்பிக்கை (Belief in Nature)

4. குலக்குறி நம்பிக்கை (Belief in Totem)

5. மீவியல்பாற்றல் குறித்த நம்பிக்கை (Belief in Super Natural Power)

6. முன்னோர்கள் குறித்த நம்பிக்கை (Belief in Ancestors)

இந்நம்பிக்கைகள் வழிபாடுகளாக வளர்ச்சியடைந்ததை,

1. ஆவியுலக நம்பிக்கை - ஆவிவழிபாடு

2. உயரிய நம்பிக்கை - உயிர்ப்பாற்றல் வழிபாடு

3. இயற்கை சார்ந்த நம்பிக்கை - இயற்கை வழிபாடு

4. குலக்குறி நம்பிக்கை - குலக்குறி வழிபாடு

5. மீவியல்பாற்றல் குறித்த நம்பிக்கை - போலியுருவ வழிபாடு

6. முன்னோர்கள் குறித்த நம்பிக்கை - முன்னோர் வழிபாடு

என்னும் படிநிலைகள் மூலம் நம்பிக்கைகள் வழிபாடுகளாக உருப்-பெற்றதை அறியமுடிகின்றது.

குலக்குறி வழிபாடு (Totemism)

மனிதன் தனக்கும் ஒரு குறிப்பிட்ட பொருளுக்கும் நெருங்கிய தொடர்புண்டு என்று நம்பினான். அப்பொருளே தம்முடைய குலத்தின் அடையாளம் என்று கருதினான். ஒவ்வொரு சமூகத்தைச் சார்ந்தவர்க-

ளும் ஒரு குறிப்பிட்ட தாவரம், விலங்கு ஆகியவற்றிலிருந்து தமது குலம் தோன்றியதாக நம்பினர். இப்பொருள்களைத் தம் குலத்தின் வளர்ச்சிக்குரிய முக்கியப் பொருள்களாகக் கருதினர். இத்தகைய குலக்குறிப் பொருள்கள் வாழ்க்கையின் எல்லா நிலைகளிலும் முதன்மை பெற்று விளங்கின.

தொன்மை மக்கள் காடுகளில் வாழ்ந்தனர். இவர்கள் வேட்டை நிலையில் வாழ்ந்ததோடு விலங்குகளைப் பழக்கிப் பயன்படுத்தவும் தெரிந்துகொண்டனர். விலங்குகளோடு தொடர்பு கொள்வதன் மூலம் தன்னுடைய குலம் பெருகும் என்று நம்பினர். எனவே அத்தகைய விலங்கு மற்றும் தாவரங்களின் பெருக்கத்திற்குச் சடங்குகளை மேற்கொண்டு வழிபடலாயினர்.

விலங்குகளிலும் தாவரங்களிலும் தம்மை மீறிய ஆற்றல் உறைகின்றது என்ற நம்பிக்கையின் அடிப்படையில் தோன்றியது ஆவியுலகக் கோட்பாடு. இந்நம்பிக்கையை யொட்டி எழுந்ததினால் சடங்குகள் உருவாயின. இதுவே காலப்போக்கில் குலக்குறி வழிபாடாகத் தோற்றம் கொண்டது. மனிதன் தன்னுடைய உணவிற்கு அடிப்படையாக விளங்கும் தாவரம் மற்றும் விலங்குகளைத் தன் உடன்பிறப்பாகவே கருதினான். ஆகவே அவற்றை வழிபட நினைத்தான்" (அருள்தாசு, சங்ககால வழிபாட்டு நெறிமுறைகள், ப.117).

ஒரு குறிப்பிட்ட மரங்களையோ அல்லது தாவரங்களையோ தங்களின் குல மரபுச் சின்னங்களாக வழிபட்டு வந்தனர். அந்தக் குலமரபுச் சின்னத்திலிருந்து தான் அவர்கள் தோன்றியதாகக் கருதினர். அதில் தெய்வம் உறைந்திருக்கிறது என்றெண்ணி அதனை வழிபட்டனர். இதனை,

ஆலமும் கடம்பும் (பரி.67)

என்னும் பாடலடியொன்று கூறுகின்றது. ஆலமரத்தையும் கடம்பமரத்தையும் தெய்வ மரங்களாக எண்ணி மக்கள் வழிபட்டு வந்தமையை இயற்கை வழிபாட்டின் வழி குறுந்தொகையில் காணமுடிகிறது.

கடம்ப மரம் கடம்பர்களின் குலக்குறியாக இருந்துள்ளது என்பதை, "திதியன் என்னும் குறுநில மன்னனின் காவல் மரமான புன்னை மரத்தை அன்னி என்ற குறுநில மன்னன் வெட்டி வீழ்த்தினான்" (அகம்.126) என்னும் கூற்று உறுதிசெய்கிறது.

முருக வழிபாட்டில் குலக்குறி

சங்க இலக்கியத்தில் அதிகம் பேசப்படும் தெய்வம் முருகன். முருகன் வழிபாட்டில் வேல், சேவல், செங்காந்தள் மலர், மயில், பாம்பு ஆகியவை இனக்குறியீடாகப் பேசப்படுகின்றன. இவற்றில் தலைமைக் குறி, இணைமைக் குறி எது? என்பதும் எந்த ஒன்றிலிருந்து தோன்றியது மற்றொன்று? என்று தீர்வு காண்பதும் அவசியமாகிறது.

குறிஞ்சித் திணைக் கடவுள் முருகன். அவன் கையில் ஒளியை வீசக்கூடிய நீண்ட வேலினை உடையவன், சேவல், மயில் கொடியை ஏந்தியவன் என்பதை,

நெஞ்சுபக வெறிந்த வஞ்சுடர் நெடுவேற்

சேவலங் கொடியோன் காப்ப (குறுந்.கடவுள் வாழ்த்து)

என்னும் அடிகள் உரைக்கின்றன. முருகன் வேல், கோழி, மயில், செங்காந்தள் மலர் ஆகியவற்றை உடையவனாவான். இவை அக்காலங்களில் போர் வீரனை அடையாளப்படுத்துகின்றன. வீரர்கள் கையில் வேல் இருப்பது மரபு, மயில் இறகு, சேவற்கொடி அந்நாட்டின் சின்னம் போருக்குச் செல்லும் முன் காவல் மரங்களை வணங்கிச் சூடிச் செல்வது வழக்கம். "முருகன் என்பவன் நடுகல் தெயவமாக இருந்திருக்கவேண்-டும். வெற்றியைக் கொடுப்பது என்ற கருத்து அரண் செய்யும்" (அருள்-தாசு, சங்ககால வழிபாட்டு நெறிமுறைகள், ப.125) என்று அருள்தாசு குறிப்பிடுவது பொருந்துவதாக அமைகின்றது.

போருக்குச் செல்லும் முருகனின் போர்க்கருவிகளில் மயில் தோகை இலச்சினையாகப் பொறிக்கப்பட்டிருந்தது (திருமுருகு.283) என்னும் செய்தியைப் பகர்கிறது திருமுருகாற்றுப்படை. "மயில் தோகை பொறிக்-கப்பட்ட போர்க்கருவிகளைக் கொண்டு இயற்கையிடமான சந்தி, முக-டுகளில் போர் புரிந்திருப்பான். போருக்குச் செல்லும் முன்னர் காந்தள் மலரைச் சூடியிருப்பான். அதுவே முருகனின் தலைமைக் குறியீடாக அமைந்திருக்கும். "மயில் கொடியையுடைய முருகனுடையக் குலம் குறிப்பிட்ட சமூகச் சூழலில் கோழிக் கொடியை உடைய இனத்தை வென்று மாற்றானுடைய குலக்குறியைத் தனதாக்கிக் கொண்டிருக்க வேண்டும்" (இரா. சீனிவாசன், சங்க இலக்கியத்தில் உவமைகள், ப.160).

அவ்வாறே முருக வழிபாட்டில் தலைமைக் குறியீடான மயில், வேலோடு காந்தளும் சேவலும் வந்து சேர்ந்திருக்க வேண்டும்.

நாக வழிபாடு

குலக்குறியின் தன்மை சமூகத்தின் வளர்ச்சியோடு தொடர்புடையதாக இருக்கும். ஒரு குலத்திலிருந்துதான் ஒரு குலம் தோன்றியதாகக் கருதப்படுகிறது. அவ்வகையில் மனிதனும் விலங்கோடு சமுதாய ரீதியில் தொடர்பினை ஏற்படுத்திக் கொள்கிறான். அவ்விலங்கைக் குலக்குறியீடாகவும் போற்றுகிறான்.

ஒரு குறிப்பிட்ட விலங்கு அல்லது தாவரம், அதன் அச்சம் மற்றும் விரும்பத்தகாத செயல்களும் சேர்ந்து அவ்விலங்கை வழிபடும் சூழலுக்கு அழைத்துச் சென்றது. காலப்போக்கில் தலைமைக் குறியீட்டு முறையோடு இணைந்து குலக்குறியாக மாறியது. பாம்பு கொடிய தன்மை, அச்சம் காரணமாக அதனை வழிபடும் விதமாக நல்ல பாம்பு என்று வணங்கும் தன்மையை,

நல்லராக் கதுவி யாங்கென்

அல்ல நெஞ்ச மலமலக் குறுமே (குறுந்.43)

என்னும் அடிகளில் சுட்டுகிறது குறுந்தொகை.

"தமிழக மகளிர் பாம்புப் புற்றுக்குப் பால் ஊற்றி வழிபாடு செய்வர், சிற்றூர்ப் புறங்களில், அரசமரத்தையும் வேப்ப மரத்தையும் இணைய வளைப்பர். அம்மரத்தடியில் நாக உருவம் பொறித்த கல் நடுவர். அதனை வழிபடுவர்" (க.ப. அறவாணன், தமிழ் மக்கள் வரலாறு தொல் தமிழர் காலம், ப.68).

நாகப்பாம்பு கொல்லப்படுமானால் அதனைத் தூக்கி எறியாமல் மனிதரைப் புதைப்பதைப் போலப் புதைப்பதும், புதையிடத்தில் பால் ஊற்றுவதும் இன்றும் தமிழகத்தில் உள்ள வழக்காறுகளாகும்.

சேவல் கொடி, பாம்பு இலச்சினை, மயில் ஊர்திறம் ஆகியவை முருகனுக்குரிய அடையாளச் சின்னங்களாகும். பாம்பு என்னும் விலங்கும் ஒரு காலத்தில் ஒரு குழுவின் குலக்குறியாக இருந்திருக்கிறது. நாகம் நாகர்களின் குலக்குறியாக இருந்தது என்பது வரலாற்றுச் செய்தி. கடம்பர்களின் தலைவனாக விளங்கிய முருகன் நாகர்களை வென்றிருக்க வேண்டும். அப்போது நாகம் அவர்களின் குலக்குறியாக மாறியிருக்க வேண்டும். வேறுவேறு குலத்தைச் சேர்ந்த மக்களின் குலக்குறிகள்

ஒன்று சேர்ந்து குலக்குறிகளாக மாறின.

சுறாமுள் வழிபாடு

கடலும் கடல் சார்ந்த பகுதி நெய்தல் எனப்படுகிறது. இந்நில மக்கள் துறைவன், நுளையர், நுளைச்சியர், சேர்ப்பன் ஆகியோர் ஆவர். இவர்-களின் தொழில் மீன்பிடித்தல், உப்பு விளைத்தல். இவர்களின் தெய்வம் வருணன்.

நெய்தல் நில மக்களில் ஆண்கள் மீன்பிடித்தலையும் பெண்கள் உப்பு விற்று நெல்லைப் பெறுதலையும் வழக்கமாகக் கொண்டிருந்தனர். இங்கு பண்டமாற்று முறை இருந்ததையும் குறிப்பிடுகிறது குறுந்தொகை.

நெல்லினேரே வெண்கல் உப்பெனச்

சேரிவிலை மாறு கூறலின் (அகம்.140)

நெய்தல் நிலத்தில் வாழும் மக்கள் தம்முடைய தொழிலான மீன்-பிடிக்கச் செல்லும் போது தமக்கு ஏற்படும் துன்பங்களைப் போக்க வழியின்றித் தவித்தனர். அதனைக் குறிப்பிடும் விதமாக ஒரு பாடல் அமைந்துள்ளது. மீன்பிடிக்கச் செல்லும்போது கடலில் பெரிய சுறா மீன் தாக்கியது. அதனால் ஏற்பட்ட புண் ஆறும்வரை கடலுக்குச் செல்ல-வில்லை. அது தணிந்த பின் மீண்டும் கடலுக்கு மீன்பிடிக்கச் செல்-கின்றனர். ஏனென்றால் நெய்தல் நில மக்களுக்கு வேறு தொழில்கள் இல்லை. இதனை,

வயச்சுறா வெறிந்த புண்டணிந் தெந்தையும்

நீனிறப் பெருங்கடல் புக்கனன் (குறுந்.269)

என்னும் அடிகள் விளக்குகின்றன. அதேபோன்றுää

வயச்சுரா வழங்குநீ ரத்தம் (குறுந்.230)

எறிசுராக் கலித்த விலங்குநீர்ப் பரப்பின் (குறுந்.318)

என்னும் அடிகளில் நெய்தல் நிலமக்கள் சுரா மீனால் அடையும் துன்பங்களையும் உரைக்கின்றனர். அதிலிருந்து விடுபட வேறு வழி இன்றி அதனையே வழிபட ஆரம்பித்தனர்.

சுறா மீன்கள் மீது இருக்கும் பயம் மட்டுமே அல்லாமல் தம் வாழ்-வின் அனைத்துத் தேவைகளையும் பூர்த்தி செய்வது கடல் மீன்கள். கடல் மீன்களில் தமக்குச் சவாலாக அமைந்த மீனினத் தலைவனான சுரா மீனை வழிபடுவது நெய்தல் நில மக்களின் வழக்கம். தம்வாழ்வு வளம்பெற வேண்டித் தம் இல்லத்தில் சுரா மீனின் கொம்பினை நட்டு வைத்து அதனை வழிபட்டனர். இதனை,

சினைச் சுறவின் கோடு நட்டு
மனை சேர்த்திய வல்லிணங்கினான் (பட்டினப்.86-87)

என்று குறிப்பிடுகிறது பட்டினப்பாலை. ஒவ்வொரு நாளும் சுறாமீ-
னின் கொம்பினை வழிபட்டுக் கடலுக்குச் செல்வது இவர்களது வாழ்வில்
சடங்காயிற்று. இதுவே இவர்களின் குலக்குறிச் சடங்காகவும் அமைகி-
றது.

இனக்குழு மக்கள் தங்கள் உணவுக்காக வேட்டையாடும் வலி-
மையான விலங்குகளின் கொம்புää எலும்பு உள்ளிட்டவற்றை எடுத்து
வைத்திருந்து அவற்றைப் புனிதப் பொருள்களாக நிலைநிறுத்தி அவற்-
றில் அவ்விலங்குகளின் ஆவியை ஏற்றி வழிபாடு நடத்துவது வழக்கம்.

"குலக்குறியியலின் இயல்புகளில் ஒன்றான இத்தகைய வழிபாட்-
டிற்குப் பின்னால் சில நோக்கங்கள் இருக்கும். கொன்ற விலங்கின்
ஆவியை நோக்கித் தம்மை மன்னித்தருளுமாறு வேண்டுதல், அவ்வி-
லங்கின் இனம் பல்கிப் பெருக வேண்டும்ää வேட்டையாடும் தங்களுக்கு
அவ்விலங்கிற்கு இணையாக அதன் வலிமை தங்களுக்குக் கிடைக்க
வேண்டும் என்பன போன்றவையே அந்நோக்கங்கள்" (ஆ. தனஞ்செ-
யன்ää குலக்குறியியலும் மீனவர் வழக்காறுகளும்ää பக்.183-184).

வலிமையான சுறா மீனை வேட்டையாடுவதற்கு வேண்டிய திறனைப்
பெறுவதற்கு அதனோடு சடங்கியல் ரீதியிலான உறவை ஏற்படுத்திக்
கொள்வது இன்றியமையாதது என்னும் கருத்தையே மீனவரின் சுறா-
முள் வழிபாடு வெளிப்படுத்துகிறது. இது குலக்குறியியலில் காணப்படும்
இயல்புகளில் ஒன்றாகும்.

9

சங்க இலக்கியத்தில் மணச் சடங்குகள்

சடங்கு நிகழ்த்தப்படும் இடம், காலம், சூழல், தேவை, நோக்கம் போன்ற காரணங்களை முன்வைத்து அவற்றின் தன்மைகள் வேறுபடுகின்றன. சடங்குகள் செயல், நிகழ்த்துதல், நனவு, தன்னார்வம், கருவி, பகுத்தறிவு, கூட்டுத்தன்மை, சமூகம், சமூக உறவுகள், புனைவு, குறியீடு, வெளிப்-பாடு, நடத்தை, அழகியல், புனிதம் ஆகியவற்றோடு தொடர்புடையதாக அமைகின்றது.

சடங்குகள் வாழ்க்கை வட்டச் சடங்குகள், வளமைச் சடங்குகள், வழிபாட்டுச் சடங்குகள், திருவிழாச் சடங்குகள், மந்திரச் சடங்குகள், பிற சடங்குகள் என வகைப்படுத்தப்படுத்தப்படுகின்றன. அவற்றுள் நிச்சிய-தார்த்தம், சிலம்பு கழித்தல், மணநாள் குறித்தல் போன்றன வாழ்க்கை வட்டச் சடங்குகளாகும். மணநாளில் நிகழும் சடங்குகள் மணச்சடங்குகள் எனப்படும்.

'மணம்' என்ற சொல் நிறைந்த பொருளுடையது. மணம் என்பதன் வேர்ச்சொல் மண், மண்ணின் நலன்களைப் பெருமளவில் நுகர்வதற்கு வாய்ப்பளிப்பது ஆகும். எனவேதான் நல்லறமாக இல்லறத்தை மண வாழ்க்கை என்றனர் (நாஞ்சில் ஆனந்தன், சங்க இலக்கியத்தில் மனித உரிமைகள், பக்.27-28).

திருமணமும் அதற்குரிய சடங்குகளும் சமுதாயத்தில் எக்காலத்தில் தோன்றி வளம் பெற்றன என்பதை அறுதியிட்டுக் கூற முடியவில்லை.

இருப்பினும் திருமணச் சடங்கு என்பது பொய்யிலிருந்து, வழுவிலிருந்து சமுதாயத்தைக் காப்பாற்றியது என்பதை,

> பொய்யும் வழுவும் தோன்றிய பின்னர்
>
> ஐயர் யாத்தனர் கரணம் என்ப (தொல். கற்.4)

என்னும் தொல்காப்பியப் பொருளதிகாரச் சூத்திரம் மூலம் அறியமு-டிகிறது. தொல்காப்பியம் மணத்தைக் கரணம் என்று குறிப்பிடுகின்றது. தொல்காப்பியர் காலத்தில் திருமணம் செய்யும் முறை நடைமுறையில் இருந்தது என்பது இதனால் விளங்கும்.

திருமணச் சடங்குகள் இனச் செழிப்பை வேண்டிச் செய்யப்படும் சடங்குக் கூறுகளை மிகுதியாகப் பெற்றுள்ளன. "இச்சடங்கின்போது, முளைப்பாலிகைகள், கும்பம் (விளைந்த தானியப் பயிர்களை நீர் நிரம்-பிய இடத்தில் வைத்தல்) முதலியவற்றை மணமக்களுக்கு முன் வைக்கும் வழக்கம் கள்ளர், பள்ளர், பறையர் இனங்களுக்கிடையே காணப்படுகி-றது முளைத்த நெல், கம்பு போன்ற தானிய விதைகளை மணமக்களின் மேல் தூரவும் மரபும் நிலவுகிறது" (தே. ஞானசேகரன், மனித வாழ்வில் மந்திர சடங்குகள், ப.24).

வேளாண்மையில் நேரடியாகப் பங்குபெறும் சமுதாயத்தினரிடம் இச்-சடங்கு முறைகள் வேரூன்றிக் காணப்படுகின்றன. "கண்ணகி கோவலன் திருமணத்தில், பெண்கள் முளைப்பாலிகைகளைக் கையிலேந்தி, முளைத்த விதைத் தானியங்களை மக்களின் மேல் தூவி வாழ்த்துக் கூறுவதை இளங்கோவடிகள் குறிப்பிடுகிறார்" (தே. ஞானசேகரன், மனித வாழ்வில் மந்திர சடங்குகள், ப.25).

முளைப்பாலிகைகளிலும், தானிய விதைகளிலும் பயிர்கள் எவ்வாறு செழித்து வளர்கிறதோ அதேபோன்று மணமகளும் விரைவில் குழந்-தைப்பேற்றை அடைந்து, மானிடச் செழிப்பைப் பெருக்கவேண்டும் என்ற வளமைச் சடங்கின் சாயலாக இல்வாழ்வியல் சடங்கு அமைந்துள்ளது.

மணமக்களுக்குக் கட்டப்படும் தாலியைத் திருமணத்தில் கலந்து-கொள்ளும் அனைத்துப் பெரியோர்களும் குறிப்பாகப் பெண்களும் தொட்டு வணங்குவர். இச்சடங்கு முடிந்த பின்புதான் மணமகன் மணம-களுக்குத் தாலி கட்டுவார். தாலியைத் தொட்டு வணங்குகின்ற அனைத்-துப் பெண்களின் வளமை ஆற்றலும் மணமகளுக்குச் சென்று சேரும் என்ற நம்பிக்கைக் கூறுகள் இதில் காணப்படுகின்றன.

நிச்சியதார்த்தம்

சங்க காலத்தில் திருமணத்தை வதுவை, வரைவு, மணம், மன்றல் எனக் குறிப்பிட்டனர். திருமணத்தின் முதல் சடங்காகக் கொடுப்போர், கொள்வோர் ஆகியோரின் பரிமாற்றம், மன நிம்மதி ஆகியவை அமை-கின்றன. இதனை,

கற்பெனப் படுவது கரணமொடு புணர

கொளற்குரி மரபின் கிழவன் கிழத்தியை

கொடைக்குரி மரபினோர் கொடுப்பக் கொள்வதுவே (தொல். கற்.1)

என்னும் நூற்பா விளக்குகிறது. மணமகளின் வீட்டார் தனது மகளைத் திருமணம் செய்ய எண்ணியதன் பின்னர் மனம் உவந்து மணமகனுக்கு வதுவை செய்து தரவேண்டும் என்பதை,

யானுங் காதலென் யாயும்நனி வெய்யள்

எந்தையுங் கொடீஇயர் வேண்டும் (குறுந்.51)

என்னும் குறுந்தொகை அடிகள் விளக்குகின்றன. இப்பாடலில் தலைவி ஒருத்தியை அவள் விரும்பிய தலைவனுக்குத் தந்தையும் தாயும் திருமணம் செய்து கொடுக்க முன்வருகின்றனர்.

திருமணம் நடைபெறும் முன்னர் நிச்சியதார்த்தம் என்னும் முறை-மையும் நடைபெற்றது. இந்நிச்சியதார்த்தம் என்பது கொடுப்போர், கொள்-வோர் இருவரின் எண்ணங்களையும் உறுதி செய்துகொள்ளுதல் என்னும் மரபாகும். சங்ககாலத் திருமணங்கள் பெரும்பான்மையாகக் கொடுப்போர், கொள்வோர் சம்மதத்துடன் நடைபெற்றது என்பதை அறியமுடிகிறது.

திருமணம் நிச்சியிக்கப் பெண் கேட்டு வரும் தலைவன் வீட்டாரைத் தலைவி வீட்டார் வரவேற்று உபசரிக்கும் பண்பு அக்காலத்தில் இருந்தே நிலைபெற்று வருகிறது. அதனை,

தண்டுடைக் கையர் வெண்டலைச் சிதலவர்

நன்றுநன் றென்று மாக்களோ

டின்றுபெரி தென்னு மாங்கன தவையே (குறுந்.146)

என்னும் குறுந்தொகைப் பாடலடிகள் விளக்குகின்றன.

சிலம்பு கழித்தல்

திருமணம் ஆகாத பெண்கள் காலில் சிலம்பு அணியும் வழக்கம் நடைமுறையில் இருந்தது. திருமணத்தின்பொழுது காலில் உள்ள அச்-சிலம்பினைச் சடங்கு நிமித்தமாகக் கழட்டுவது மரபாக இருந்தது. இம்-மரபு மணமகளின் வாழ்வில் பூப்புச் சடங்கினைப் போன்று ஒரு புனிதத்

திருவிழாவாகக் கொண்டாடப்பட்டது. இதனைச் 'சிலம்பு கழி நோன்பு' என்று கூறுவர்.

"திருமணத்திற்கு முன்பு இளமை தொட்டே தலைவி அணிந்திருந்த காற்சிலம்பைக் கழற்றுதலை மரபாகக் கொண்ட செய்தி தெரிகின்றது. இதனை ஒரு விழாவாகவே பெற்றோர் கொண்டாடினர் எனலாம்" (அ. தட்சிணாமூர்த்தி, தமிழர் நாகரிகமும் பண்பாடும், ப.78).

தலைவனும் தலைவியும் உடன்போக்கின்போது தலைவியின் காலில் அணிந்துள்ள சிலம்பைக் காணும் கண்டோர்கள் இவர்களின் நிலையை நினைத்து அச்சமுறுகின்றனர். இவள் காலில் சிலம்பணிந்துள்ளாள். அதனால் இன்னும் திருமணம் முடியவில்லை என்பதைத் தெரிந்து, எப்-படித் தனியே வாழப்போகிறாள் என்று ஐயம் கொள்கின்றனர். இதனை,

வில்லோன் காலன கழலே தொடியோள்

மெல்லடி மேலவுஞ் சிலம்பே (குறுந்.7)

என்னும் அடிகளால் அறியமுடிகின்றது. இங்ஙனம் இளமை வாழ்வு கழிய ஆடவர் வீரக்கழல் அணிந்து போர்ப் பயிற்சி முதலியன பெறுத-லும் பெண்கள் சிலம்பு அணிதலும் அதனை கழித்தலும் சடங்குகளாகப் பின்பற்றப்பட்டன.

மணநாள்

அக்காலத்தில் திருமணம் நல்ல நாளும் நேரமும் கணிக்கப்பட்டே நடைபெற்றது. வேங்கை மலர்கள் மலரும் இளவேனிற் காலமே மணத்-திற்குரிய காலமாகக் கருதப்பட்டது. இதனை,

வேங்கை தந்த வெற்பணி நன்னாள் (நற்.336)

என்றும், 'நன்னாள் வேங்கை, 'கணிவாய் வேங்கை' என்றும் குறிப்-பிடுகின்றது நற்றிணை. சந்திரன் உரோகிணியைக் கூடிய நாள் திரு-மணத்திற்குச் சிறந்த நாளாகக் கருதப்பட்டது. இதனை அகநானூறு (அகம்.86,136), சிலப்பதிகாரம் (சிலம்பு.50-53) வாயிலாக அறியமுடி-கிறது.

பரத்தையிற் பிரிந்த தலைமகன் விடுத்த தூதைக் கண்டு ஒரு தலைவி பேசும் பேச்சிலிருந்து மணக்காலத்தில் தீ வேட்டனர் என்பதை அறியமுடிகின்றது. தலைவனுடைய தூதுவனைக் கண்ட தலைவி, அவன் என்னை மணந்த காலத்தில் இருந்த அன்புடைய நிலையில் சிறிதும் மாறாமல் நாம் இருக்கின்றோம். நாங்கள் மணந்த காலத்தில்

நெய் பெய்த தீ முன்னர் எப்படி விருப்பத்துடன் இருந்தோமோ அதே-போன்று இப்பொழுதும் நான் இருக்கின்றேன் என்று பேசுகிறாள்.

நெய்பெய் தீயி னெதிர்கொாண்டு

தான்மணந் தனையமென விடுகெந் தூதே (குறுந்.106)

மணக்காலத்து நிலைமையில் தான் உள்ளமையைக் கூறி, நெய்பெய் தீயின் எதிர்கொள்வோம் என்பதால் இது மனைவியின் பகுதியாக அமைந்த எரிவேட்டல் எனப்படுகிறது.

தெறல்அருங் கடவுள் முன்னர் தேற்றி

மெல் இறைமுன்கை பற்றிய சொல் இறந்து

ஆர்வ நெஞ்சம் தலைத்தலைச் சிறப்ப நின்

மார்பு தருகல்லாய் (அகம்.396)

என வரும் அகநானூற்றுத் தலைவியின் பேச்சை நோக்கும்போது, தீக்கடவுள் முன்னர் நின்று, என்றும் பிரியாமல் இருப்பதாக உறுதி உரைத்து ஏற்றுக் கொள்வதாகத் தலைவியின் கையைப் பற்றுதல் அக்-கால வழக்கம் என்பது தெரியவருகிறது.

மணக்கும் பொழுது தீயில் நெய் பெய்து யாகம் வளர்ப்பது பண்டை-யக் காலமுறை. தீயில் நெய் பெய்யப்பட்டபோது அத்தீயானது மேல்-நோக்கி எழுந்து நெய்யை ஏற்றுக்கொண்டு தான் அவியாது நிற்ற-லைப்போலத் தலைவன் தலைவியை ஏற்றுக்கொண்டு செம்மையடைய வேண்டுதல் என்பது வழக்கு.

நெருப்பு என்பது தூய்மையானது. மங்களம் சார்ந்தது. எண்ணெய் நிலையிலிருந்து தீ என்னும் நிலைக்கு வேள்வி மாற்றம் அடைவதைப் போல ஆண், பெண் இருவரையும் அந்நிலையிலிருந்து கணவன் மனைவி என்னும் நிலைக்கு மாற்றம் செய்கிறது.

சங்ககாலத்தில் மணமுரசு ஒலித்தலைப் பற்றி,

படுமணி முழவொடு பரஊப்பனை இமிழ (கலித்.70)

என்று அகநானூறும் கலித்தொகையும் உறுதி செய்கிறது. சங்க காலத்தைவிட அதனை அடுத்த சங்கம் மருவிய சிலப்பதிகாரக் காலத்-தில் பல்வேறு இசைக் கருவிகள் முழங்கப்பட்டன.

தமிழகத்தில் திருமணம் எனத் தாம் எழுதிய கட்டுரையில் எஸ். வையாபுரிப்பிள்ளை, "பாணிக் கிரகணம், ஓமம், தீ வலம் வருதல், சப்த-பதி முதலியன சங்க காலத்தில் நிகழ்ந்தன அல்ல. புரோகிதர்கள் மந்தி-ரம் ஓதுதலும் மணவினையில் இல்லை என்றே கூறலாம். தாலி கட்டும்

சடங்கும் காணப்படவில்லை" (மு. சண்முகம் பிள்ளை, சங்கத் தமிழரின் வழிபாடுகளும் சடங்குகளும், ப.264) என்று எழுதியுள்ளார். எனினும் குறுந்தொகைப் பாடலில் (குறுந்.106) யாகம் வளர்த்துத் தீயின் முன்னர் திருமணம் நடைபெற்றது என்ற செய்தியால் தீ வலம் வருதல் அக்காலத்-தில் இருந்திருக்க வாய்ப்புண்டு என்பதைத் தெரியப்படுத்துகிறது. அவர் சுட்டிய சடங்குகளி;ல் மற்றச் சடங்குகள் ஏதும் சங்க காலத்தில் இல்லை என்பது உறுதியாகிறது.

திருமணம் நிகழ்வதற்கு முன்னதாக நிச்சயதார்த்தம் நிகழ்த்தப்பெறுதல் வழக்கத்தில் இருந்துள்ளது. ஆண், பெண் இருவரும் சிலம்பு அணியும் வழக்கம் இருந்தாலும் மணநாள் அன்று பெண்ணுக்கு சிலம்பு கழித்-தலைச் சங்க காலத்தில் காணமுடிகின்றது. அதனைச் சிலம்பு கழி நோண்பு என்று வழங்குகிறோம். அவை தவிர ஒரு சிறந்த நாளை மணநாளாகக் குறித்து அன்று சில சடங்குகள் நிகழ்த்தி மணம் முடித்துத் தரும் வழக்கம் சங்க காலத்தில் இருந்தமையை அறியமுடிகின்றது.

10

பட்டினப்பாலை கூறும் பண்பாட்டு விழுமியங்கள்

உலக நாகரிகத்தின் தொட்டில் இத்தமிழ் கூறும் நல்லுலகம் என்றால் அது மிகையாகாது. இம்மக்களுக்கு நீண்ட நெடிய கலாச்சார பண்-பாட்டுச் சிறப்புகளுண்டு. இந்நிலம் மலை, காடு, வயல், கடல் என்கிற பன்முகத் தன்மை கொண்டது. சங்ககாலம் முதற்கொண்டு பல்வேறு வகையான இலக்கியங்கள் தோன்றியுள்ளன. அவ்விலக்கியங்கள் இந்-நிலத்தின் தொன்மையான பண்பாட்டை அறியமுடிகின்றது. சங்ககாலச் சான்றோர் பலர் எழுதிய பாடல்களை எட்டுத்தொகை, பத்துப்பாட்டு, பதினெண் கீழ்க்கணக்கு எனப் பலத் தொகை நூல்களாகத் தொகுத்துள்-ளனர். அவற்றுள் ஒன்று பட்டினப்பாலை. இப்பாட்டை இயற்றிய புல-வர் கடியலூர் உருத்திரங்கண்ணனார். இந்நூலின் பாட்டுடைத் தலைவன் கரிகாற் பெருவளத்தான். இஃது ஆசிரிய அடி விரவிய வஞ்சிப்பா-வால் அமைந்த 301 அடிகளைக் கொண்டிருப்பதால் வஞ்சி நெடும்-பாட்டு எனவும் வழங்கப்படுகிறது. இது மலை, கடல், நாடு, நகரம், பொழுதுகள் என அறிவியல் மணங்கமழ விளக்குவதோடு, அக்காலத்து அரசர்கள் பற்றியும், மக்களுடைய மாண்பு, பழக்க வழக்கங்கள் பற்றியும், போர்முறை பற்றியும் விளக்கும் ஒருவரலாற்றுக் களஞ்சியமாகத் திகழ்-கின்றது.

பண்பாடு

'பண்பு' எனும் சொல்லின் அடியாகத் தோன்றியது பண்பாடு எனும் சொல்லாகும். "குணம், தகுதி, விதம், இயல்பு, மனத் தன்மை, அழகு, முறை, செய்கை" (கழகத் தமிழ் அகராதி, ப.641) ஆகியன அனைத்தும் பண்பெனப்படுகின்றன. 'பண்படு' எனும் சொல்லின் திரிபே 'பண்-பாடு' எனும் சொல்லாகும் எனும் கருத்தும் உண்டு. 'பண்படுதல்' எனும் சொல்லுக்கு, "சமைதல், உதவுதல், ஏவல் செய்தல், சீர்திருத்தல், சொற்-படி செய்தல்" எனக் கழகத் தமிழ் அகராதி (ப.641) பொருள் தருகிறது.

'பண்பு' எனும் சொல்லிற்குக், "குணம், தகுதி, விதம்" (ப.956) எனவும், 'பண்படுதல்' என்பதற்கு, "அமைதல், உதவுதல், ஏவல் செய்-தல், சீர்திருத்தல், சொற்படி செய்தல்" (ப.956) எனவும் நா. கதிரை-வேற்பிள்ளை தமிழ் மொழி அகராதி பொருளுரைக்கிறது.

'பண்படுதல்' என்பதற்குப் பக்குவப்படுதல் என்பது பொருள். 'பண்-பாடு' என்பதற்குப் 'பக்குவப்பட்ட உயர் பண்புகள்' என்று பொருளுரைக்-கமுடிகிறது.

"குறிப்பிட்ட நாடு, இடம் போன்றவற்றைச் சேர்ந்த மக்களின் பழக்க வழக்கங்கள், நம்பிக்கைகள், மதம், மொழி, கலைகள், சிந்தனை வெளிப்பாடு, வாழ்க்கையுடன் தொடர்பு கொண்டிருக்கும் பொருள்கள் போன்றவற்றின் மொத்தம்@ கலாச்சாரம்" ஆகியவைதான் 'பண்பாடு' என்கிறது க்ரியாவின் தற்காலத் தமிழ் அகராதி (ப.887).

"கற்றுக் கொள்வதற்கான ஆற்றலும், தான் கற்றதைச் சந்ததியின-ருக்கு எடுத்துச் செல்லும் ஆற்றலும் மனிதருக்கு இயல்பாகக் கைவரப் பெற்றவை. இந்த ஆற்றல்களின் விளைவாக அவனுக்கு ஏற்படக்கூடிய அறிவு, நம்பிக்கை, அவனுடைய நடவடிக்கை ஆகியவற்றின் கலவையே பண்பாடு (அல்லது கலாச்சாரம்) எனப்படுகிறது. பண்பாடு என்பது மனி-தர்களுடைய மொழி, எண்ணங்கள், நம்பிக்கைகள், பழக்கங்கள், தடை-கள், விதிமுறைகள், நிறுவன அமைப்புகள், கருவிகள், செயல்முறைகள், கலைப்பொருட்கள், சடங்குகள், விழாக்கள், அடையாளச் சினனங்கள் போன்ற எல்லா அம்சங்களும் கலந்திருக்கும் ஒரு கலவையே. மனி-தனின் பரிணாம வளர்ச்சியில் இந்தக் கலாச்சாரம் ஒரு முக்கிய பங்கை வகிக்கிறது. அதனால்தான், சூழலோடு பொருந்தி வாழ்வதில் இயற்கை தன் பங்கை ஆற்றும் வரையில், அதனை மட்டுமே சார்ந்து காத்தி-

ராமல், மனிதர்களால் சூழ்நிலையைத் தமக்கேற்ற விதத்தில் அமைத்துக் கொள்ள முடிகிறது" என்று பிரிட்டானிகா தகவல் களஞ்சியம் தொகுதி இரண்டு (ப.805) பண்பாடு என்பதற்கு விளக்கம் தருகிறது.

"பண்பெனப் படுவது பாடறிந்து ஒழுகல்" (கலித்.133) என்று பண்டைய காலத்திலிருந்தே விளக்கம் தருகிறது கலித்தொகை. உலக நடை-முறைகளையும் ஒழுக்கத்தினையும் அறிந்து நடத்தலே பண்பு என்பது இவ்வடியின் விளக்கமாகும்.

பட்டினப்பாலை - பெயர்க்காரணம்

பட்டினப்பாலை அகமும் புறமும் கலந்த நூல் என்பர் சான்றோர். இப்பாட்டின் உயர் பொருள் காதல். தலைவன் பொருள் தேடும் நோக்-கத்தில் வெளியூர் செல்லும் எண்ணத்தில் ஈடுபட்டான். அதானல் தலை-விதன் பிரிவால் துயருற்று வருந்துவாளே என வருந்தினான். அவளைப் பிரியத் தயங்கினான். தலைவிக்கு அந்தத் துயரத்தை நீக்க எண்ணித் துணிந்தான். அந்நிலையில் அவன் தன் நெஞ்சிற்குக் கூறுவதால் இதனை அகப்பாட்டு என்றனர். ஆனால் தலைவன் தன் நெஞ்சிற்குக் கரிகால் பெருவளத்தானின் காவிரிபூம்பட்டினத்தையே நான் பெறுவதாக இருந்தாலும் நான் பெருளீட்டச் செல்லமாட்டேன் என்று கூறுவான். அப்போது காவிரிப் பூம்பட்டினத்தின் சிறப்பையும், பிரிவின் துயரத்தையும் குறிப்பதால் 'பட்டினப்பாலை' என்று பெயர் பெறுகின்றது. பிரிதலும் பிரி-தல் நிமித்தமும் பாலைக்குரிய உரிப்பொருளாதல் நோக்கத்தக்கது.

பண்டைய தமிழர்

பண்டைய காலத் தமிழர் இயற்கையோடு இயைந்த வாழ்வை வாழ்ந்-துள்ளனர். பலதரப்பு மக்களும் செல்வச் செழிப்போடு வாழ்ந்ததைப் பட்-டினப்பாலை வழி புலனாகின்றது. பண்பாட்டு பெருமையே ஒரு நாட்டின் வளர்ச்சியைக் காட்டும். அவ்வகையில் பட்டினப் பாலையில் கூறப்பெ-றும் மக்கள் சிறந்த பண்பாடும் நாகரிகமும் நிறைந்தவர்களாக வாழ்ந்-துள்ளனர். உலகியல் நடைமுறை சார்ந்த பண்பாட்டுச் சிறப்புகள் பட்டி-னப்பாலையில் நயம்பட எடுத்துரைக்கப்பட்டுள்ளன.

சோழநாட்டின் வளம்

வற்றாது வளம் சுரக்கும் காவிரிபாயும் பெருமையுடையது சோழநாடு. இச்சோழநாட்டில் நெற்கழனிகள் நிறைந்து காணப்படும். அதனை,

புனல் பரந்துபொன் கொழிக்கும்

விளைவு அறாவியன் கழனி - பட்டினப்.7-8.

என்று கூறுகிறது. எங்குநோக்கினும் இயற்கை வளம் நிறைந்து காணப்படும். கடற்கரைக்கு அருகில் அமைந்திருக்கும் பாக்கம் என்னும் ஊர்களில் மக்கள் தாங்கள் வாழும் இல்லங்களின் முற்றத்தில் உலர வைத்திருக்கும் தானியங்களைத் தின்னவரும் கோழிகளைத் தங்கள் காதுகளில் உள்ள குழைகளைக் கழற்றி வீசித் துரத்துவர். ஆதலால் பொற்குழைகள் ஆங்காங்கு சிதறிக் கிடக்கும். அவை சிறுவர்கள் ஓட்டும் சிறுதேர்களைத் தடுக்கும். இத்தகைய செல்வர்கள் வாழ்ந்த சோழநாடு என்று பட்டினப்பாலை கூறுகின்றது.

சுடர்நுதல் மட நோக்கின்

நேரிழை மகளிர் உணங்குணாக் கவரும்

கோழி எறிந்த கொடுங்காா் கனங்குழை

பொற்காா் புதல்வர் புரவியின்று உருட்டும்

முக்காா் சிறுதேர் முன்வழி விலக்கும் - பட்டினப்.21-24.

என்ற அடிகள் உணர்த்துகின்றது.

உணவுப் பழக்கம்

சோழ நாட்டு காவிரிப்பூம்பட்டினத்தில் உழவர்களும் பரதவர்களும் நிறைந்து வாழ்வதால் அரிசி உணவும், மீன் உணவும் முதன்மையானதாக இருந்துள்ளன. எளியவர்களுக்கும், வழிபோக்கர்களுக்கும் உணவு சமைத்துப் படைக்கும் வழக்கம் இருந்துள்ளது. உணவு சமைக்கும் அட்டில் சாலையிலிருந்து சோறு ஆக்கிய கொழுங்கஞ்சி ஆறு போலப் பரந்துஓடும் என்பதை,

அறம் நிலைஇய அகன் அட்டில்

சோறு வாக்கிய கொழுங் கஞ்சி

யாறு போலப் பரந் தொழுகி - பட்டினப்.43-45.

என்று இயம்புகின்றது. மேலும் கடற் பகுதியில் வாழும் மக்கள், இறால் மீன் இறைச்சியும் வயல் ஆமைப் புழுக்களையும் உண்பர்.

வாழ்க்கை முறை

அக்காலமக்கள் பகை அச்சம் இல்லாமல் மகிழ்ச்சியோடு வாழ்ந்தனர். தங்களோடு ஆடு முதலிய விலங்குகளை வளர்த்தனர். கொலைத் தொழிலை வெறுத்தும், களவுத் தொழிலை ஒழித்தும், தேவர்களை வணங்கியும் வந்தனர். நான்கு வேதங்களை அறிந்த அந்தணர்களைப் பேணினர். உழவுத் தொழிலை உயர்வுத் தொழிலாகப் போற்றினர். அத்-

தொழிற்குக் கலப்பையையும், எருகளையும் பயன்படுத்தினர். பழிக்குப் பயந்து உண்மையே பேசும் வழக்கத்தையே கொண்டிருந்தனர். தம்முடைய பொருளையும் பிறருடைய பொருளையும் ஒன்றாகவே எண்ணி வாங்கிக் கொளவர். கொள்வதை அதிகமாக கொள்ளாமலும், கொடுப்பதைக் குறைக்காமலும் வாழ்ந்தனர்.

நடுவு நின்றநல் நெஞ்சினோர்

வடு அஞ்சிவாய் மொழிந்து

தமவும் பிறவும் ஒப்பநாடின்

கொள்வதூஉம் மிகக் கொளாது

கொடுப்பதூஉம் குறை கொடாது - பட்டின.

என்ற வரிகளால் பழங்கால மக்களின் வாழ்க்கை முறையை அறியமுடிகின்றது.

விளையாட்டுகள்

பண்டைய காலமக்கள் பலவகையான விளையாட்டுக்களை விளையாடியுள்ளனர். மக்கள் ஒன்று கூடி பொது இடங்களில் விளையாடும் விளையாட்டு, நீர்விளையாட்டு, கடற்கரையில் ஆடும் விளையாட்டு போன்ற விளையாட்டுகள் வழக்கத்தில் இருந்துள்ளன.

மக்கள் தங்கள் வேலையில்லாத நேரங்களில் உண்டுகளித்த பின்னர் விளையாட்டுக்களில் ஈடுபடுவர். ஊரின் நடுவில் உள்ள பொது இடத்தில் ஒன்றாகச் சேர்ந்து கையோடு கை பிணைத்தும், ஆயுதத்தோடு ஆயுதம் தாக்கியும், உடம்போடு உடம்பு பொருந்தக் கட்டிப் புரண்டும் பெருங்கோபமுடன் தோல்வியை விரும்பாமல் தங்கள் வன்மையைக் காட்டிவிளையாடுவர். அதனை,

புனல் ஆம்பல் பூச்சூடியும்

நீல் நிறவிசும்பின் வலனேர்புபோல

மலர்தலை மன்றத்துப் பலருடன் குழீஇக்

கையினும் கலத்தினும் மெய்யுறத் தீண்டிப்

பெருஞ்சினத்தால் புறக்கொடாஅது

இருஞ் செறுவின் இகல்மொய்ம்மனோர் - பட்டினப்.66-73.

என்ற அடிகள் விளக்கும். செம்படவர்கள் அந்நிலப் பெண்களுடன் மீன் பிடிக்கச் செல்லாதபோது உண்டும் விளையாடியும் மகிழ்வர். அதனை,

பைந்தழை மாமகளி ரொடு

பாயிரும் பனிக்கடல் வேட்டஞ் செல்லா
துவ்வு மடிந்து உண்டாடியும் - பட்டினப்.91-93.
என்ற அடிகளும் விளையாட்டுகளைக் குறிப்பிடுகின்றது.

விழாக்கள்

சங்ககால மக்கள் தெய்வங்களுக்கு விழாக்கள் எடுத்துள்ளனர். அப்-
போது தெய்வத்தை வணங்கி வழிபட்டனர். விழாக் காலங்களில் தெருக்-
களில் மகளிர் வெறியாடி விழாக் கொண்டாடும் வழக்கம் இருந்தது.
முருகனுக்காக விழாச் செய்யும் பெண்களோடு பொருந்தி யாழ் இசைத்-
தனர். முரசங்கள் முழங்கி தெருவீதியில் திருவிழாக்கள் கொண்டாடி
மகிழ்ந்தனர். அதனை,

செறிதொடி முன்கை கூப்பிச் செல்வேன்
வெறியாடு மகளிரொடு செறியத் தாஅய்க
குழலகவ யாழ் முரல
முழவதிர முரசி யம்ப
விழவரா வியல் சூவணம் - பட்டினப்.154-158.
என்ற அடியால் பட்டினப்பாலை கூறுகிறது.

வாணிகம்

கடல் கடந்து வாணகம் செய்தனர் சங்க மக்கள். வெளிநாடுகளிலி-
ருந்து மரக்கலங்கள் மூலம் பொருளை ஏற்றுமதி, இறக்குமதி செய்தனர்.
காவிரிப்பூம்பட்டினம் மிகச் சிறந்த துறைமுகமாக விளங்கியது. சேரநாட்-
டிலிருந்து கொண்டுவரப்பெற்ற மிளகு மூட்டைகள் வெளிநாடுகளுக்கு
ஏற்றுமதி செய்தனர். குடகு மலை சந்தனமும், அகிலும், தென்கடல்
முத்தும், கீழ்கடல் பவளமும், சோழநாட்டின் ஏற்றுமதிப் பொருள்களாகும்.

மாரிபெய்யும் பருவம் போல்
நீரினின்று நிலத்து ஏற்றவும்
நிலத்தி னின்றுநீர் பரப்பவும்
அளந்த றியாப்பல பண்டம்
வரம்ப றியாமை வந்தீண்டி - பட்டினப்.128-132.
என்ற அடிகளால் அக்கால வாணிப நிலையை அறியமுடிகின்றது.
மேலும் சீனத்திலிருந்தும் மேலை நாடுகளிலிருந்தும் பல பொருள்கள்
இறக்குமதியாயின். வணிகர்கள் தங்கள் அறநெறியில் வழுவாமல்
வாணிகம் செய்தனர் என்று பட்டினப்பாலை கூறுகின்றது.

முடிவுரை

● இரண்டாயிரம் ஆண்டுகளுக்கு முன் எழுதப்பெற்ற இந்நூல் இன்-
றும் நின்று நிலவுகிறது. அது நம் பண்டைய நாகரிகத்தையும் பண்பாட்-
டையும் இன்றும் பறைசாற்றி நிற்கிறது. நம் பண்பாட்டின் விழுமியங்-
கள் உலக அளவில் போற்றத்தக்கது என்பதற்குப் பட்டினப்பாலை சிறந்த
சான்றாகத் திகழ்;;கின்றது.

● 'பண்பு' எனும் சொல்லின் அடியாகத் தோன்றியது பண்பாடாகும்.
'பண்படுதல்' என்பதற்குப் பக்குவப்படுதல் என்பது பொருள். 'பண்பாடு'
என்பதற்குப் 'பக்குவப்பட்ட உயர் பண்புகள்' என்று பொருளுரைக்கமுடி-
கிறது.

● பட்டினப்பாலை அகமும் புறமும் கலந்த நூல் என்பர் சான்றோர்.
இப்பாட்டின் உயர் பொருள் காதல்.

● வற்றாது வளம் சுரக்கும் காவிரிபாயும் பெருமையுடையது சோழ-
நாடு. சோழ நாட்டு காவிரிப்பூம்பட்டினத்தில் உழவர்களும் பரதவர்களும்
நிறைந்து வாழ்வதால் அரிசி உணவும், மீன் உணவும் முதன்மையானதாக
இருந்துள்ளன. எளியவர்களுக்கும், வழிபோக்கர்களுக்கும் உணவு
சமைத்துப் படைக்கும் வழக்கம் இருந்துள்ளது.

● அக்காலமக்கள் தங்களோடு ஆடு முதலிய விலங்குகளை
வளர்த்தனர். உழவுத் தொழிலை உயர்வுத் தொழிலாகப் போற்றினர்.
அத்தொழிற்குக் கலப்பையையும், எருகளையும் பயன்படுத்தினர். பழிக்-
குப் பயந்து உண்மையே பேசும் வழக்கத்தையே கொண்டிருந்தனர். தம்-
முடைய பொருளையும் பிறருடைய பொருளையும் ஒன்றாகவே எண்ணி
வாங்கிக் கொளவர்.

● மக்கள் ஒன்று கூடி பொது இடங்களில் விளையாடும் விளை-
யாட்டு, நீர்விளையாட்டு, கடற்கரையில் ஆடும் விளையாட்டு போன்ற
விளையாட்டுகள் சங்க காலத்தில் வழக்கத்தில் இருந்துள்ளன.

● சங்ககால மக்கள் தெய்வங்களுக்கு விழாக்கள் எடுத்துள்ளனர்.
விழாக் காலங்களில் தெருக்களில் மகளிர் வெறியாடி விழாக் கொண்டா-
டும் வழக்கம் இருந்தது. விழாக் காலங்களில் யாழ் இசைத்து முரசங்கள்
முழங்கி; கொண்டாடி மகிழ்ந்தனர்.

● கடல் கடந்து வாணகம் செய்தனர் சங்க மக்கள். வெளிநாடுக-
ளிலிருந்து மரக்கலங்கள் மூலம் பொருளை ஏற்றுமதி, இறக்குமதி செய்-
தனர். காவிரிப்பூம்பட்டினம் மிகச் சிறந்த துறைமுகமாக விளங்கியது.

www.ingramcontent.com/pod-product-compliance
Lightning Source LLC
Chambersburg PA
CBHW021122130726
47988CB00003B/1120